KURSO SA SARILING

PAG-AARAL NG BIBLIYA

Napapanahon at Pinalawak na Edisyon

Derek Prince

KURSO SA SARILING

PAG-AARAL NG BIBLIYA

Nasapanahon at Pinalawak na Edisyon

DEREK PRINCE MINISTRIES – ASIA/PACIFIC

SELF STUDY BIBLE COURSE
(Updated Expanded Edition)

Published by Derek Prince Ministries-Philippines
dpmphilippines@yahoo.com

B91/5000/Tagalog (TGL)/DPPH

All Scripture quotations are from the *King James Version* (KJV) of the Holy Bible.

Cover Design: DPM-Asia/Pacific

Distributed by:

Praise Inc.
145 Panay Avenue,
1103 Diliman, Quezon City,
Philippines
Ph: +63 9178141471

Derek
Prince
MINISTRIES ASIA-PACIFIC

www.derekprince.co.nz

Mga Nilalaman

"Sikapin mong maging

kalugod-lugod sa paningin ng Diyos,

isang manggagawang walang dapat ikahiya

at tapat na nagtuturo ng katotohanan."

2 Timoteo 2:15 (MBB)

Panimula:

Mga Gabay sa Estudyante

Basahin ang mga gabay bago sagutan ang alin man sa mga tanong.

LAYUNIN NG KURSONG ITO SA BIBLIYA

Itong kurso sa sariling pag-aaral ay may apat na mahalagang layunin.

1. Para mabigyan ng fundasyon ang kaalaman sa Bibliya na kung saan makapagtatag ng matibay na buhay Kristyano.

2. Para mabigyan ka ng ensayo sa pagsasaliksik sa mga Kasulatan at malaman ang mga pangako ng Diyos.

3. Para maturuan kang suriin mabuti ang mga Kasulatan at makita mo sa iyong sarili ang tamang kahulugan nito.

4. Para maihubog sa iyo ang ugali na tatanggapin lamang ang mga espiritwal na bagay kung ito ay mapapatunayan sa Bibliya.

SISTEMA NG BATAYAN SA BIBLIYA

Ang ginamit na salin sa kabuohan ng kursong ito ay ang New King James Version. Maaaring ang mga salita sa iyong salin ay may konting pagkakaiba. Subalit, ang katotohanang itinuturo dito sa kurso ay parehong malinaw kahit sa alin mang mapagkakatiwalaang salin.

Para makita ang bawat aklat sa Bibliya at ang kanilang pinaikling pangalan, tingnan sa pahina 12. Ang mga talata ng Kasulatan ay isinasaad ng ganito: una, ang pangalan ng aklat; ikalawa, ang kabanata; ikatlo, ang bersikulo, Halimbawa, ang Rom 3:23 ay Roma, kabanata 3, bersikulo 23.

MGA KAHULUGAN NG SALITA

May kasamang Glossaryo sa likod ng aklat na ito. Magbibigay ito ng mga simpleng kahulugan sa mga mahihirap na salita na maaari mong matunghayan sa iyong pag-aaral. Tingnan sa Glossaryo ang kahulugan ng isang salita na hindi mo alam. Ang mga salita na nasa Glossaryo ay may asteris (*) sa tabi nila.

PAANO GAWIN ANG PAG-AARAL

Sa bawat simula ng pag-aaral mayroong talataan na may titulo na "Panimula." Nagbibigay ito ng maikling buod ng pangunahing turo ng pag-aaralan. Palaging basahin mabuti ang Panimula bago subukan sagutan ang mga tanong.

Sa unang aralin (Aralin 1: Ang Bibliya: Ang Salita ng Diyos) mayroong dalawamput apat (24) na tanong. Sa bawat tanong, may isa o mahigit pang mga Kasulatan ang ibinigay para tingnan at basahin, Isulat ang iyong sagot sa linya kasunod ng tanong. Laging gawin ito.

1. Basahin mabuti ang tanong.

2. Hanapin ang Skriptura at basahing mabuti hanggang makita ang sagot sa tanong. Maaari mong basahin ang mga nauna at mga sumunod na bersikulo na kasama ng ibinigay na Kasulatan, para makuha mo ng husto ang buong kahulugan ng mensahe.

3. Isulat sa simpleng salita ang nakuha mong sagot.

Kung minsan ang sagot sa isang tanong ay nahahati sa dalawa o mahigit pang bahagi. Sa ganyang kaso, lagyan ng numero ang bahagi sa bawat sagot.

Nandito ang unang dalawang tanong galing sa Aralin 1 kasama ang sinulat na tamang sagot para maging tularan.

1. Ano ang ipinangalan ni Hesus sa Kasulatan? (Juan 10:35)

Ang Salita ng Diyos_____

2. Ano nag sinabi ni Hesus tungkol sa Kasulatan na nagpapakita ng Autoridad nito? (Juan 10:35)

hindi maaring mapawalan ng bisa

Tingnan ang Juan 10:35 para makita kung tama ang mga sagot.

GAWAIN PAGMEMORYA

Sa bawat umpisa ng mga Aralin, mayroong gawaing pagmemorya. Kailangan mong pag-aralan mabuti at isapuso, at isulat sa isang pangmemoryang kard.

Kumuha ng blankong kard at isulat sa isang pahina ang numero ng Aralin sa bandang kaliwang taas na kanto, at ang batayang Kasulatan, isulat sa bandang gitna, kasunod ang Titulo ng Aralin. Pagkatapos, sa kabilang pahina ng kard isulat ang bersikulo ng Kasulatan.

Dalhin palagi ang mga kard kahit saan magpunta. At kapag may libreng oras basahin ang mga rnenimemoryang bersikulo. Ang sekreto ay ang palagian pagbabasa sa gawaing pagmememorya. Sa pamamagitan nito, matututo kang maisapuso ang Salita ng Diyos. Ang Salita ng Diyos ang magbibigay saiyo ng giya, lakas, pagkaing espiritwal, tagumpay laban sa Diablo, at pungla na maitatanim sa puso ng kapwa tao.

PARAANG GAGAWIN HABANG NASA KURSO

Isulat ang iyong sagot sa bawat tanong sa Aralin 1, at pagkatapos -- habang nakasara ang iyong Bibliya -- isulat ang mga sinaulong bersikulo sa espasyo na inilaan sa may hulihan. Kung ang sagot mo ay hindi tugma sa tamang sagot, basahin muli ang tanong at ang Kasulatan hanggang maintindihan ang dahilan sa tamang sagot.

Sa pahina pagkatapos ng Mga Tamang Sagot, may mababasa kang mga paliwanag tungkol sa tamang sagot. Basahin ang mga paliwanag at tingnan ang mga binanggit na Kasulatan.

Sa hulihan, markahan mo ang iyong sarili ng mga puntos na nararapat sa iyo para sa bawat sagot. Kung ang sagot mo ay may halagang mas higit pa sa isang puntos, huwag mong hayaan ang iyong sarili ng kabuang bilang ng mga puntos maliban na lang kung ang sagot mo ay kasing kompleto ng tamang sagot. Paalala, ang mga marka sa gawaing pagsasaulo ay mahalaga.

Sumahin mo lahat ang iyong marka sa Aralin 1, at ikumpara ang total sa batayang ibinigay sa ibaba ng mga tamang sagot. 50 porsyento o mas mataas ay "Pasado"; 70 porsyento o mas mataas ay "Mahusay"; 80 porsyento ay "Dalubhasa"

Ang paraan ng pag-aaral sa 18 at 20 ay may konting pagkakaiba, pero ito ay ipinaliwanag naman ng mabuti sa simula ng mga Aralin.

Paalala! Huwag na huwag mong titingnan ang mga tamang sagot para sa alinman na aralin hanggat hindi mo naisusulat ang iyong sariling sagot sa bawat tanong ng Aralin – kasama ang Gawaing Pagmemorya!

Pag natapos mo na ang huling Aralin, puntahan ang pahinang may titulong "Mga Marka sa Kurso" (pahina. 188). Isulat sa espasyong nakalaan ang iyong mga sagot sa bawat aralin, at sumahin lahat, at alamin ang iyong naabot na marka para sa kabuohan ng kurso.

HULING PERSONAL NA PAYO

1. Simulan ang bawat Aralin ng dasal, hilingin sa Diyos na gabayan ka at bigyan ka ng pangunawa.

2. Huwag kang magmadali. Huwag tatapusin ang pag-aaral sa loob ng isang upuan lang. Basahin ng paulit-ulit ang bawat bersikulo hanggang matiyak mo kung ano ang ibig sabihin nito. Makakatulong palagi ang pagbabasa ng maraming bersikulo sa unahan at hulihan ng bersikulong ibinigay mula sa Kasulatan para maunawaan ng husto ang buong kahulugan nito.

3. Isulat ng malinis at malinaw. Huwag mong pahabain ang iyong mga sagot kung hindi naman ito kailangan. Gumamit ng lapis na maiging tinasahan o isang pluma.

4. Pahalagaan mabuti ang gawaing pagmemorya.

5. Magdasal araw-araw sa Diyos para sa kanyang pag gabay at tulong para maisabuhay mo ang mga natutunang mga katotohanan sa iyong buhay.

SUSI SA MGA PINAIKLING PANGALAN NG MGA AKLAT NG BIBLIYA

MGA AKLAT NG LUMANG TIPAN

I. ANG KAUTUSAN

Genesis ………………………… Gen.

Exodus ……………………….. Ex.

Leviticus ……………………. Lev.

Mga Bilang ……………………. Bil.

Deuteronomio …………… Deut.

II. MGA KASAYSAYAN

Josue ……………………. Jos Hos

Mga Hukom ………………. Huk

Ruth …………………………. Ruth

1 Samuel ………………. 1 Sam

2 Samuel ………………. 2 Sam

1 Mga Hari ………………. 1 Ha

2 Mga Hari ………………. 2 Ha

1 Mga Cronica …………… 1 Cro

2 Mga Cronica …………… 2 Cro

Ezra …………………………. Ez

Nehemias ………………. Neh

Ester ……………………. Est

III. MGA POETIKONG AKLAT

Job ……………………….. Job

Mga Awit ………………… Awit

Mga Kawikaan ………………… Kaw

Ang Mangangaral ……….. Manga

Ang Awit ni Solomon … Aw ni S

IV. MGA MAYOR NAPROPETA

Isaiah ……………………….. Isa.

Jeremias ………………….. Jer.

Mga Panaghoy …….. Panag

Ezekiel …………………… Eze

Daniel ……………….. Dan

V. MGA MENOR NA PROPETA

Hosea …………………………

Joel …………………. Joel

Amos ………………….. Amos

Obadias …………………. Oba

Jonas ……………………. Jon

Mikas ………………….. Mik

Nahum …………………… Nah

Habakuk ………………. Hab

Zefanias …………………. Zef

Hagai ………………….. Hag

Zacarias …………………. Zac

Malakias …………………. Mal

MGA AKLAT SA BAGONG TIPAN

MGA EBANGHELYO

Mateo ………………………….. Mt

Marcos …………………………. Mc

Lukas ……………………........ Lu

Juan ……………………………. Jn

II. KASAYSAYAN

Mga Gawa ………………….… Gw

III. MGA SULAT NI APOSTOL PABLO

Mga Taga Roma…………………….Ro

1 Mga Taga Corinto ……………1 Cor

2 Mga Taga Corinto ……………2 Cor

Mga Taga Galacia …………………Ga

Mga Taga Efeso ………………….. Ef

Mga Taga Filipo ……………………. Fil

Mga Taga Colosas……………………Co

1 Mga Taga Tesalonica …………1 Tes

2 Mga Taga Tesalonica …………2 Tes

1 Timoteo …………………….. 1 Tim

2 Timoteo …………………….. 2 Tim

Tito …………………………….Tito

Felimon……………………….. Felem

Hebreo………………………....Heb

IV. PANLAHATAN MGA SULAT

Santiago ……………………… San

1 Pedro ……………………….. 1 Ped

2 Pedro ……………………….. 2 Ped

1 Juan ……………………….... 1 Jn

2 Juan ……………………….... 2 Jn

3 Juan ……………………….... 3 Jn

Judas ……………………………. Ju

V. PROPESIYA

Pahayag…………………. Pah

Ang Bibliya: Ang Salita ng Diyos

PANIMULA:

Ang Bibliya ay sariling salita ng Diyos. Ito ang dakilang regalo ng Diyos para sa lahat ng tao saan mang lugar. Binigay ito ng Diyos na regalo para tulungan tayong maka-ahon sa pagdurusa natin sa kasalanan at at pagdadalamhati at kadiliman.

Ang Bibliya ay hindi pang karaniwang aklat. Bawat salita nito ay totoo. Napupuno ito ng sariling kapangyarihan ng Diyos. Ang mga taong sumulat nito ay kinasihan ng Banal na Espirito. Ang Diyos ang kumilos sa kanila para isulat ng eksakto ang katotohanan habang ibinibigay sa kanila.

Dapat natin basahin ang Bibliya na parang bang ang Diyos mismo ang nangungusap ng direkta at personal sa atin. Sa pamamagitan ng kanyang salita, binibigyan tayo ng Diyos ng maraming mabubuting bagay.

- Liwanag
- Pang-unawa
- Espiritwal na pagkain
- Mabuting Kalusugan

Ang mga salita sa Bibliya ay nagbibigay kapangyarihan para

- Linisin tayo
- Pabanalin tayo* (ihiwalay para sa Diyos)
- Patatagin tayo
- Makabahagi sa kalikasan ng Diyos
- Magkaroon tayo ng kapangyarihan at katalinuhan para mapagtagumpayan ang Diablo.

GAWAIN PAGMEMORYA: 2 TIMOTEO 3: 16-17

☐ Tsekan dito pagkatapos mamemorya. ang bersikulo.

Mga Tanong Sa Aralin

1. Anong pangalan ang ibinigay ni Hesus para sa Kasulatan? (Juan 10:35)
   _____

2. Ano ang sinabi ni Hesus na nagpapakita ng kapangyarihan ng Kasulatan?
   (Juan 10:35) _____

   _____

3. Ilista ang dalawang bagay na sinabi ni David tungkol sa Salita ng Diyos.
   (Aw. 119:89)_____
   (Aw. 119:160) _____

4. Paano ibinigay ang orihinal na mga Kasulatan?
   (2 Tim. 3:16) _____
   (2 Ped. 1:20-21) _____

5. Anong klasing binhi ang dapat matanggap sa puso ng isang tao para
   muling ipanganak at magkaroon ng buhay na walang hanggan*?
   (1 Ped, 1:23) _____

   _____

6. Ilista ang apat na bagay kung saan ang Kasulatan ay mapapakinabangan
   ng isang Kristyano. (2 Tim. 3:16)
   (1) _____   (2) _____
   (3) _____   (4) _____

7. Ano ang pinakahuling resulta sa buhay ng isang Kristyano na nag-aral at
   sumunod sa Salita ng Diyos? (2 Tim. 3:17) _____

   _____

8. Anong Espiritwal na pagkain ang ibinigay ng Diyos para sa kanyang mga
   anak? (1 Ped. 2;2) (Mt. 4:4) _____

   _____

9. Gaano kahalaga ang salita ng Diyos kay Job? (Job 23:12)

   _____

   _____

10. Nang kumain si Jeremias ng Salita ng Diyos, naging ano ito sa kanya?
    (Jer. 15:16) _____

    _____

11. Paano ang baguhan pang Kristyano makakapamuhay ng malinis na buhay? (Aw. 119:9) _____

_____

12. Bakit ang Kristyano dapat magtago (mag ipon) sa puso niya ng salita ng Diyos? (Aw. 119:11) _____

_____

13. Anong dalawang resulta ang nagiging bunga ng Salita ng Diyos sa buhay ng "mga binata" pag nananahan ito sa kanila? (1 Juan, 2:14)

_____

14. _____
    Paano sinasagot ni Hesus ang Diablo sa tuwing tinutukso siya nito?
    (Mt. 4:4, 7, 10) _____

_____

15. Ano ang espadang ibinigay ng Diyos sa mga Kristyano na bahagi ng kanilang espiritwal na pandigmaang kasuotan? (Efe. 6:17) _____

_____

16. Ano ang dalawang nilalarawan ng Awit 119 para ipakita kung paano nakakatulong ang Salita ng Diyos sa buhay ng isang Kristyano sa mundong ito? (Aw. 119:105) _____

_____

17. Anong dalawang bagay ang ibinibigay ng Salita ng Diyos sa isipan ng isang Kristiyano? (Aw. 119:130) _____

_____

18. Ano ang ibinibigay ng Salita ng Diyos para sa katawan ng isang Kristyano na maingat na nag-aaral nito? (Kaw. 4:20-22)

_____

_____

19. Pag ang bayan ng Diyos ay may karamdaman at nangangailangan, ano ang ipinapadala ng Diyos para sila gumaling at mailigtas*? (Aw. 107:20) _____

_____

20. Mag lista ng apat na bagay mula sa sumusunod na mga bersikulo kung ano ang ginagawa ng Salita ng Diyos para sa kanyang bayan.

(1) (Juan 15:3) (Efe. 5:26) _____

(2) (Juan 17:17) _____

(3) (Gawa 20: 32) _____

(4) (Gawa 20:32) _____

21. Paano pinapatunayan ng isang Kristyano ang pagmamahal niya kay Hesu-Kristo? (Juan 14:21) _____

_____

22. Sino ang tinawag ni Hesus na kanyang nanay at mga kapatid?

(Lukas 8:21) _____

_____

23. Paano ang pag-ibig ng Diyos nagiging ganap sa isang Kristyano?

(1 Juan 2:5) _____

24. Anong dalawang resulta ang sumusunod sa mga buhay natin pag ina-angkin natin ang mga pangako ng Salita ng Diyos? (2 Ped. 1:4)

_____

_____

Gawain Pagmemorya.: 2 Timoteo 3:16-17

Isulat ang mga bersikulo galing sa memorya.

_____
_____
_____
_____
_____
_____
_____
_____

HUWAG BUBUKLATIN ANG PAHINANG ITO HANGGA'T HINDI
NAKOKUMPLETO ANG LAHAT NG MGA SAGOT SA ARALING ITO

Tanong	Sagot	Puntos
1	Ang Salita ng Diyos	1
2	Hindi maaaring mapawalang bisa	1
3	(1) Nakatakda na ito sa langit magpakailanman	1
	(2) Sa kabuohan nito lahat ay katotohanan	1
4	(1) Sa pamamagitan ng inspirasyon ng Diyos	1
	(2) Mga banal na tao ng Diyos na nagsalita sa pamamagitan ng pagkilos ng Banal na Espiritu sa kanila	2
5	Ang hindi nababahiran ng dumi (dalisay) na binhi na Salita ng Diyos	2
6	(1) Doktrina	1
	(2) Pagtatama (Pangangaral)	1
	(3) Pagtutuwid	1
	(4) Gabay para sa Katuwiran*	1
7	Siya ay ginawang perpekto (kumpleto) at inihanda ng husto para sa lahat ng mabuting gawain	2
8	Ang Salita ng Diyos	1
9	Mahigit pa sa kailangan niyang pagkain	1
10	Ang kaligayahan at pagbubunyi sa kanyang puso	1
11	Sa pamamagitan ng mabuting pag-unawa na sang-ayon sa Salita ng Diyos	2
12	Para hindi siya magkasala laban sa Diyos	1
13	(1) Pinalalakas sila	1
	(2) Napagtagumpayan nila ang buktot na isa (ang Diablo)	1
14	Sumagot siya mula sa Salita ng Diyos	1
15	Ang Salita ng Diyos	1
16	(1) Ito ay ilaw sa kanilang mga paa	1
	(2) Ito ay liwanag sa kanilang daanan	1
17	(1) Liwanag	1
	(2) Pang-unawa	1
18	Kalusugan sa lahat ng kanyang laman	1
19	Pinadala Niya (Diyos) ang kanyang Salita	1

Tanong	Sagot	Puntos
20	(1) Nililinis sila (hinuhugasan, gaya ng malinis natubig)	1
	(2) Pinabanal* sila	1
	(3) Pinatatag sila (tinuruan)	1
	(4) Binigyan sila ng pamana	1
21	Nasa kanya ang Kautusan ni Kristo at sinusunod ito	
22	Silang mga nakarinig sa Salita ng Diyos at ginawa ito	1
23	Sa pamamagitan ng pagsunod sa Salita ng Diyos	1
24	(1) Ginawa tayong kasalo (kabahagi) sa banal na kalikasan	1
	(2)Nakatakas tayo sa kabulukan nitong mundo	1

Tingnan ang iyong pangmemoryang kard para sa nakasulat na gawaing pagmemorya.

Kung ang Gawain pagmemorya ay perfecto, 4 na puntos bawat bersikulo.   8

(1 puntos ang ibawas sa bawat mali sa bersikulo. Kung mas marami sa

3 mali, huwag markahan ng puntos ang bersikulo ng iyon.)

_____

TOTAL 49

25 na tamang sagot = 50 %

34 na tamang sagot = 70 %

39 na tamang sagot = 80 %

(Ang numero sa pahinang ito ay tinutukoy ang mga numero sa pahina ng mga Tamang Sagot.)

1-2. Tinanggap ni Hesus ang Kasulatan ng Lumang Tipan. Tinanggap niya ito ng walang pag-alinlangan. Tinanggap niya ang Autoridad nito bilang kinasihang Salita ng Diyos. Lahat ng turo niya ay nakasalig sa Kasulatan. Sa loob ng buong buhay niya ay sinusunod niya ito at isinakatuparan.

3. Ang Salita ng Diyos ay nagsimula sa Langit. Itong Salita ay ibinigay sa pamamagitan ng mga tao. Ang Diyos mismo ang pinanggalingan nito.

4. (1) *"Ito ay kinasihan ng Diyos"* (2 Tim. 3:16) ang ibig sabihin nito ay "Ito ay inihinga ng Diyos." Ang salitang hininga at espiritu ay pareho ang ibig sabihin sa Hebreo at Griego. (Para sa buong pag-aaral tungkol sa inspirasyon at autoridad ng Bibliya, tingnan ang "The Spirit-filled Believer's Handbook, Part I", Foundation for Faith.)

5. Paano ang "di nababahiran ng duming binhi" na Salita ng Diyos gumagawa sa buhay natin? Ang binhi ay natatanggap sa ating mga puso sa pamamagitan ng pananampalataya.* At doon nagsisimula itong tumubo sa pamamagitan ng Banal na Espiritu. At sa huli magbubunga ito ng kabanalan, walang hangganang*, di-mababahiran ng dumi* na buhay. Ang ibig sabihin ng di-mababahiran ng dumi* ay hindi ito magiging masama.

6–8. Punahin: *"lahat ng Kasulatan"* (2 Tim. 3:16), *"bawat salita"* (Mt. 4:4), Para lubusang matutunan ang mga Kasulatan, ang isang Kristyano ay dapat pag-aralan ang buong Bibliya at isabuhay ang mga turo nito.

8-10. Ang Salita ng Diyos ay nagbibigay ng pagkain sa bawat antas ng pag-unlad sa buhay espiritwal. (1)*"Gatas"* para sa mga bagong ipinanganak (1 Ped, 2:2); (2) *"Tinapay"* para sa mga lumalaki na (Mt. 4:4); (3) *"Solidong pagkain"* (kumpletong pagkain) para sa mga "nasa tamang edad na" o sa may sapat ng pang-unawa sa mga espritwal na bagay. ((Heb. 5:12-14).

11. Dapat ipamuhay natin ang mga turo ng Salita ng Diyoa sa lahat ng parte ng ating buhay.

12. May nag sabi na: "Alin man sa dalawa, ang Salita ng Diyos ay maglalayo sa atin sa kasalanan o ang kasalanan ang maglalayo sa atin sa Diyos."

13–15. Sa Efe. 6:13–17, nag bigay si Pablo ng anim na parte ng Espritwal na kasuotang pandigma para mabigyan ng kumpletong proteksyon ang isang Kristyano. Pero isa lang sa mga gamit na ito ang pang atake., "ang espada ng Espiritu" (b. 17). Responsibilidad ng mananampalataya na *"dalhin"* itong espada – na walang iba kundi ang Salita ng Diyos.

16. Tingnan sa 1 Juan1:7; *"Nguni't kung tayo'y nagsisilakad sa liwanag,....."* *"Ang Liwanag"* na kung saan tayo nagsisilakad ay ang Salita ng Diyos, at ito ay nagbibigay kakayahan sa atin na totoong makakita habang naglalakad.

17–19. Ang Salita ng Diyos ang nagbibigay ng espiritu, pag-iisip at katawan ng isang Kristyano.

20. (4) Sa pamamagitan lang ng Salita ng Diyos malalaman natin kung (a) ano ang karapatang pamana natin kay Kristo, at (b) kung papaano makakamtan ang pamanang ito.

21–23. "Ang pagsunod sa Salita ng Diyos ang siyang nagpapakilala na isa kang alagad ni Kristo.....

Ang saloobin mo sa salita ng Diyos ay siya rin saloobin mo mismo sa Diyos. Hindi mo lubusang mamahalin ang Diyos kung hindi mo mahal ang kanyang Salita. Hindi mo lubusang masusunod ang Diyos kung hindi mo sinusunod ang kanyang Salita. Hindi mo lubusang mapaparangalan ang Diyos kung hindi mo maparangalan ang kanyang Salita. Wala puwang ang Diyos sa puso mo at buhay kung wala kang puwang para sa kanyang Salita." (*Foundations for Life,* Kabanata 2,)

24. Pag tayo naniwala at sumunod sa Salita ng Diyos, Ang kalikasan mismo ng Diyos ang pupuno ng ating mga puso at buhay, at papalitan nito ang luma at bulok na kalikasan na nagmula kay Adan*.

Ang Plano ng Diyos ng Kaligtasan (Unang Bahagi)

PANIMULA:

Ang kasalanan ay isang loobin. Ito ay isang rebeldeng loobin na nasa atin. Ito ay nagrerebelde laban sa Diyos. Ang kasalanan ay lumalabas at nakikita sa kilos natin na siyang naglalayo sa atin sa Diyos. Tayong lahat ay nagkakasala sa ganitong paraan. Ang makasalanan nating buhay ay ninanakaw sa Diyos ang kaluwalhatian na kagustuhan niya at dapat niyang matanggap.

Ang kasalanan ay may tatlong bunga o parusa:

1. kamatayan sa loob, sa ating espiritu

2. kamatayan ng ating katawan

3. Ang pagkapiit at mapahirapan ng walang katapusan sa lugar na madilim at malayo sa Diyos.

Si Hesus ay naparito para iligtas tayo sa ating mga kasalanan. Si Hesus mismo ay hindi nagkasala. Pero inalis at pinasan niya ang ating mga kasalanan sa kanyang sarili. Namatay siya para sa ating lugar, at muling nabuhay mula sa patay. Ginawa ito ni Hesus para tayo ay mapatawad at mamuhay na kasama niya magpakailanman.

Gawaing Pagmemorya: Roma 6:23

☐ Tsekan pag namemorya na ang bersikulo.

(Balik-aralan araw-araw ang mga bersikulo sa mga naunang Aralin)

Mga Tanong Sa Aralin

A. ANG KASALANAN AT MGA KAHIHINATNAN NITO

1. Sino ang may gawa ng lahat na bagay? (Pah. 4:11) _____

   _____

2. Mag sulat ng tatlong bagay na nararapat matanggap ng Diyos. (Pah. 4:11)

   (1) _____ (2) _____

   (3) _____

3. Ilang tao ang nagkasala? (Rom. 3:23) _____

   _____

4. Ano ang unang dalawang kasalanan na nagawa ng mga tao? (Rom. 1:21)

   (1) _____

   (2) _____

5. Ano ang mga naging resulta nito? (Rom. 1:21)

   (1) Sa isip ng Tao? _____

   (2) Sa puso ng Tao? _____

6. Isulat ang dalawang katotohanan tungkol sa puso ng tao. (Jer. 17:9)

   (1) _____

   (2) _____

7. Sino lang ang nakakaalam ng katotohanan tungkol sa puso ng tao?

   (Jer. 17:10) (Lukas 16:15) _____

   _____

8. Isulat ang labingtatlong masasamang bagay na lumalabas sa puso ng tao.
   (Markos 7:21-22)

   (1) _____ (2) _____

   (3) _____ (4) _____

   (5) _____ (6) _____

   (7) _____ (8) _____

   (9) _____ (10) _____

   (11) _____ (12) _____

   (13) _____

9. Kung kaya nating gumawa ng mabuti, pero hindi natin ginawa, ano ang tawag ng Diyos doon? (San. 4:17) _____

_____

10. Kung sasabihin natin na wala tayong kasalanan, ano ang ginagawa natin sa ating sarili? (1 Juan 1:8) _____

_____

11. Kung sasabihin natin na wala tayong kasalanan, ano ang ginagawa natin sa Diyos? (1 Juan 1:10) _____

_____

12. Anong kaparusahan ang dinala ng kasalanan sa lahat na tao?

(Rom. 5:12; 6:23) (San. 1:15) _____

_____

13. Ano ang pinakahuling kahihinatnan ng lahat na hindi magsisi* ng kanilang mga kasalanan? (Mt. 25:41) (Pah. 20:12-15) _____

_____

14. Isulat ang walong klasing tao na pupunta sa lawa ng apoy. (Pah. 21:8)

(1) _____   (2) _____

(3) _____   (4) _____

(5) _____   (6) _____

(7) _____   (8) _____

B. ANG LAYUNIN NG KAMATAYAN AT MULING PAGKABUHAY* NI HESUS

15. Para sa anong layunin ang pagpunta ni Hesus dito sa mundo?

(1 Tim. 1:15) _____

_____

16. Sino ang tinawag ni Hesus at sino ang kanyang tinanggap?

(Mt. 9:13) (Lu.15:2) _____

_____

17. Nakagawa ba ng sariling kasalanan si Hesus? (Heb. 4:15)

(1 Ped. 2:24) _____

18. Ano ang pinasan sa krus ni Hesus para sa atin? (1Ped. 2:24)

_____

19. Para sa anong layunin ang kamatayan ni Hesus sa krus? (1 Ped. 3:18)

_____

20. Anong tatlong katotohanan tungkol kay Hesus ang itinuturo ni Pablo na siyang ebanghelyo? (1 Cor. 15:3-4)

    (1) _____

    (2) _____

    (3) _____

21. Dahil nakikita natin na si Hesus ngayon ay buhay magpakailanman, ano ang maaring niyang gawin para sa mga lumalapit sa kanya?

    (Heb. 7:25) _____

22. Mag sulat ng tatlong bagay na ina-alok ngayon para sa lahat ng tao sa pangalan ni Hesus. (Lukas 24:47) (Gawa 4:12)

    (1) _____   (2) _____

    (3) _____

    Gawaing Pagmemorya: Roma 6:23

    Isulat ang bersikulong ito mula sa memorya.

_____

_____

_____

_____

_____

_____

HUWAG BUBUKLATIN ANG PAHINANG ITO HANGGA'T HINDI
NAKOKUMPLETO ANG LAHAT NG MGA SAGOT SA ARALING ITO

Tanong	Sagot	Puntos
1	Diyos (ang Panginoon)	1
2	(1) Kaluwalhatian	1
	(2) Karangalan	1
	(3) Kapangyarihan	1
3	Ang lahat ay nangagkasala nga, at hindi nangagkaabot sa kaluwalhatian ng Dios	1
4	(1) Hindi nila binigyan ng kaluwalhatian* ang Diyos	1
	(2) Hindi sila nagpapasalamat	1
5	(1) Naging walang saysay (sinungalin) sila sa kanilang sarili	1
	(2) Ang mapanlinlang nilang puso ay dumilim	1
6	(1) ito ay mapanlinlang (bulok) sa lahat na bagay	1
	(2) Ito ay talagang lulon (malala) sa kasamaan	1
7	Ang Pagninoon (Diyos)	1
8	(1) Masasamang pagiisip	1
	(2) Pakikiapid (immoral na relasyon)	1
	(3) Maling pakikipag relasyon (di-tamang pagsiping)	1
	(4) Pagpatay sa kapuwa-tao	1
	(5) Pagnanakaw	1
	(6) Mapag-imbot (sakim)	1
	(7) Masidhing kasamaan	1
	(8) Mapaglinlang (madaya)	1
	(9) Malibog (mapagnasa)	1
	(10) Masamang mata (inggit)	1
	(11) Kalapastanganan (mapanumpa)	1
	(12) Kayabangan	1
	(13) Kapalaluan	1
9	Tinawag ito ng Diyos na kasalanan	1
10	Nililinlang (niloloko) natin ang ating sarili	1
11	Ginagawa nating sinungalin ang Diyos	1
12	Kamatayan	1
13	Walang katapusang apoy, ang lawang apoy, ang pangalawang kamatayan	1

Tanong	Sagot	Puntos
14	(1) Ang mga duwag (matatakutin)	1
	(2) Ang mga walang pananampalataya	1
	(3) Ang mga kasumpa-sumpa (mapangmuhi) (4) Mga	1
	mamatay tao	1
	(5) Ang mga immoral sa pakikipagsiping	1
	(6) Mga mangkukulam (aswang)	1
	(7) Mga sumasamba ng diyus-diyusan	1
	(8) Lahat ng sinungalin	1
15	Para iligtas ang mga makasalanan	1
16	Si Hesus ang tumatawag at tumatanggap ng mga makasalanan	1
17	Hindi, wala	1
18	Ang kasalanan natin	1
19	Para dalhin tayo sa Diyos	1
20	(1) Namatay si Hesus dahil sa ating kasalanan	1
	(2) Inilibing siya	1
	(3) Nabuhay muli siya sa pangatlong araw	1
21	Para iligtas sila ng lubos-lubusan (napakakumpleto)	1
22	(1) Pagsisisi*	1
	(2) Kabayaran* sa kasalanan	1
	(3) Kaligtasan*	1

Tingnan ang iyong pangmemoryang kard para sa nakasulat na gawaing pagmemorya.

Kung ang Gawain pagmemorya ay perfecto, 4 na puntos bawat bersikulo.   4

(1 puntos ang ibawas sa bawat mali sa bersikulo. Kung mas marami sa
3 mali, huwag markahan ng puntos ang bersikulong iyon.)

_____

TOTAL   55

27 na tamang sagot = 50 %

38 na tamang sagot = 70 %

43 na tamang sagot = 80 %

(Ang numero sa pahinang ito ay tinutukoy ang mga numero sa pahina ng mga Tamang Sagot.)

1–4. Ang kasalanan ng tao ay ang kabiguan niyang maisagawa ang katungkulang ibinigay ng Diyos sa kanya. Ginawa ang tao para magbigay kaluwalhatian* sa Diyos. "Siya (tao) ang imahe at kaluwalhatian ng Diyos" (1Cor, 11:7). Anuman ang magkulang magbigay kaluwalhatian* sa Diyos ay makasalanan.

3. "Lahat…. nag kulang sa kaluwalhatian ng Diyos." Ano ang ibig sabihin nito? Isipin ang isang palaso na ipinana sa marka ng isang target. At ang palaso ay hindi umabot doon. Ang "marka" para sa tao ay ang mamuhay tungo sa "kaluwalhatian ng Diyos." Subalit, ang sabi ng Bibliya, lahat ay nagkulang na makaabot sa marka. (Tingnan sa Filipo 3:14).

6–8. Lahat nitong Kasulatan ay tumutukoy "sa puso." Ipinapakita nito kung ano ang nasa loob ng lahat na tao. Ang ibig sabihin ng "Lahat na tao" ay bawat isa, at bawat puso ng tao.

8. Hindi lahat ng kasalanan ay nagagawa ng bawat tao. Subalit ang mga binhi ng lahat na kasalanan ay nasa puso ng bawat tao. Dalawang bagay ang gumagawa para mag desisyon kung ang mga binhing ito ay tutubo at magiging ganap na kasalanan sa buhay ng tao. (1) Ang limitadong moral na kalikasan ng tao, at (2) ang mga tao at mga lugar sa buhay ng isang tao.

9. Nagkakasala tayo sa pamamagitn ng paggawa ng mga bagay na ipinagbabawal ng Diyos. Nagkakasala din tayo pag hindi natin ginawa, o ayaw nating gawin ang ipinag-uutos ng Diyos. Tayo ay makasalanan pa rin kung hindi natin ginawa ang mabuti at tama. Basahin ang Mateo 25:3, 25, 45. Lahat sila ay nakondena dahil sa hindi nila ginawa. Sila ay ang mga birhen na mangmang, ang hindi tapat na taga pangasiwa, at ang mga "kambing" na bayan.

13. May dalawang magkaibang lugar: (1) Impiyerno (tinatawag din na Sheol o Hades) ito ay isang lugar na pumupunta ang mga kaluluwa ng mga namatay bago ang pagkabuhay muli* at paghukom* (Lukas 16:23); at (2) Gehenna, o lawang apoy, ay ang lugar ng kaparusahan pagkatapos ng pagkabuhay muli* at paghukom* (Pah. 20: 12-15). Ang lawang apoy ay ang pinakahuling lugar ng walang katapusang pagpapahirap para sa mga masasamang tao at mga nagkasalang anghel.

14. Parehong magkasamang kondenado ang matatakutin at hindi sumampalatayang mga tao. Ilan kaya sa mga mukhang relihiyosong tao ang kabilang sa sinasabi nito?

18. Sa nakalipas na panahon, ang kasalanan ay "sagot" ng sakripisyo ng Kautusang ibigay ni Moises. (Tingnan sa Hebreo 10:1-4). Subalit, sa pamamagitan ng kamatayan ni Hesus, ang kasalanan ay lubusan ng naalis magpakailanman. (Tingnan sa Hebreo 10:11-18).

19. Ang hindi pinatawad na kasalanan ang naghihiwalay ng tao sa Diyos. (Isa, 59:2). Ang kasalanan ay inalis ni Hesus sa krus. Kaya nabuksan ang daan para ang tao makabalik sa Diyos. Ang ano mang balakid na nakaharang ay nasa tao, hindi sa Diyos.

20. Ang pananampalataya* ay itinayo sa katotohanan. Ang ebanghelyo, o magandang balita ay nakabatay sa tatlong katotohanan na nangyari sa nakaraang kasaysayan.

21. "lubos-lubusan" (Heb.7:25) ang ibig sabihin "napakakumpleto." Kasama nito ang lahat ng pangangailangan ng isang makasalanan ngayon at magpakailanman. Si Hesus ay sobrang sapat na para sa lahat, hanggang sa katapusan ng panahon at magpakailanman.

Ang Plano ng Diyos ng Kaligtasan (Ikalawang Bahagi)

PANIMULA:

Ang Diyos ngayon ay nag-aalok ng kaligtasan* para sa atin sa pamamagitan ng pananampalataya* kay Hesu-Kristo. Tayo ay naligtas sa pamamagitan ng ating pananampalataya* kay Hesus, hindi ng ating relihiyon o ng mga mabuting gawa natin.

Para matanggap ang alok na kaligatasan* ng Diyos, kailangan gawin natin ang apat na bagay na ito:

1. Aminin ng hayagan ang ating mga kasalanan at pagsisihan* (talikuran ang ating mga kasalanan).

2. Manampalataya na si Hesus ay namatay para sa ating lahat at muling nabuhay.

3. Tanggapin ang muling nabuhay na Kristo sa pamamagitan ng pananampalataya.* bilang personal nating tagapagligtas.

4. Mangumpisal* sa bayan na si Hesus ay iyong Panginoon (magsalita at ihayag sa iba na si Hesus ay Panginoon).

Ganito ang nangyayari pag tinanggap natin si Hesus sa ganitong paraan:

- Mananahan Siya sa ating mga puso magpakailanman.

- Binigyan Niya tayo ng buhay na walang hanggan.*

- Binigyan Niya tayo ng kapangyarihang mamuhay ng makatuwiran.*

- Binigyan Niya tayo ng tagumpay laban sa kasalanan.

Gawaing Pagmemorya: Juan 1:12 - 13

☐ Tsekan pag namemorya na ang bersikulo.

(Balik-aralan araw-araw ang mga bersikulo sa mga naunang Aralin)

Mga Tanong Sa Aralin

C. PAANO NATIN MATATANGGAP ANG KALIGTASAN*

23. Kailan ba tayo dapat maghanap ng kaligtasan*? (2 Cor. 6:2) (Kaw. 27:1)

_____

24. Maaari ba nating iligtas ang ating mga sarili sa pamamagitan ng sarili natin mga mabuting gawa? (Efe. 2:8-9) (titus 3:5). _____

_____

25. Maaari ba tayong maligtas kung susundin natin ang Kautusan? (Rom.3:20) _____

26. Kung nanaisin natin ang awa ng Diyos, anong dalawang bagay ang dapat natin gawin? (Kaw. 28:13).

(1) _____ (2) _____

27. Kung mangumpisal* tayo ng atin mga kasalanan, anong dalawang bagay ang gagawin ng Diyos para sa atin? (1 Juan 1:9)

(1) _____

(2) _____

28. Ano ang paraan ginagamit ng Diyos para malinis ang ating mga puso ng lahat na kasalanan? (1 Juan 1:7) _____

_____

29. Kung nais nating maligtas, anong dalawang bagay ang dapat nating gawin? (Rom. 10: 9-10)

(1) Sa pamamagitan ba ng ating puso? _____

(2) Sa pamamagitan ba ng ating bibig? _____

30. Kung lalapit ba tayo kay Hesus, tatanggihan ba Niya tayo? (Juan 6:37)

_____

31. Kung bubuksan natin ang ating mga puso para tanggapin si Hesus, anong pangako mayroon siya para sa atin? (Pah. 3:20) _____

_____

32. Kung tinanggap natin si Hesus, ano ang ibibigay Niya sa atin? (Juan 1:12) _____

33. Anong karanasan nagkaroon tayo bilang resulta? (Juan1:13)

_____

34. Nang tinanggap natin si Hesus, ano ang ibinigay ng Diyos sa atin sa pamamagitan niya? (Rom. 3:23) _____

_____

35. Maaari bang malaman natin na mayroon na tayong buhay na walang hanggan*? (1 Juan 5:13) _____

_____

36. Ano ang patotoo na ibinigay sa atin ng Diyos tungkol kay Hesus?
    (1 Juan 5:11) _____

_____

37. Kung tinanggap natin si Hesus, ang Anak ng Diyos, ano ang mayroon tayo? (1 Juan 5:12-13) _____

_____

D. ANG KALIGTASAN* ANG NAGBIBIGAY SA ATIN NG KAPANGYARIHAN PARA MAPAGTAGUMPAYAN ANG MUNDO AT ANG DIABLO.

38. Pagkatapos nating tanggapin si Hesus, sino ang naninirahan sa puso natin dahil sa pananampalataya*? (Gal. 2:20) (Efe. 3:17) _____

_____

39. Ano ang maaari nating gawin sa pamamagitan ng lakas na binigay ni Hesus sa atin? (Fil. 4:13) _____

_____

40. Kung hayagan nating tinanggap o ikumpisal* si Hesus sa harapan ng mga tao, ano ang gagawin niya para sa atin? (Mt. 10:32) _____

_____

_____

41. Kung ikakaila natin si Hesus sa harapan ng mga tao, ano ang gagawin niya? (Mt. 10: 33) _____

_____

42. Anong klasing tao ang kayang mapagtagumpayan ang mundo at mga tukso nito?

    (1) (1 Juan 5:4) _____

    (2) (1 Juan 5:5) _____

43. Bakit ang mga anak ng Diyos ay kayang mapagtagumpayan ang mundo? (1 Juan 4:4) _____

    _____

44. Sa pamamagitan ng anong dalawang bagay napagtagumpayan ng mga anak ng Diyos ang diablo? (Pah. 12:11)

    (1) _____

    (2) _____

45. Kanino nangako ang Diyos na tatanggapin sa langit bilang anak Niya? (Pah. 21:7) _____

    _____

    Gawaing Pagmenorya: Juan 1:12-13

    Isulat ang bersikulong ito galing sa memorya.

    _____

    _____

    _____

    _____

    _____

    _____

HUWAG BUBUKLATIN ANG PAHINANG ITO HANGGA'T HINDI NAKOKUMPLETO ANG LAHAT NG MGA SAGOT SA ARALING ITO

MGA TAMANG SAGOT AT MARKA – ARALIN TATLO

Tanong	Sagot	Pontus
23	Ngayon, sa araw na ito	1
24	Hindi	1
25	Hindi	1
26	(1) ikumpisal* ang ating kasalanan	1
	(2) Iwaksi (iwanan na) ang ating kasalanan	1
27	(1) Pinatawad tayo ng ating mga kasalanan	1
	(2) Nilinis tayo ng lahat ng di-makatuwiran (masama at immoral na gawain)	1
28	Ang dugo ni Hesu-Kristo, ang Anak ng Diyos	1
29	(1) Maniwala na muling binuhay ng Diyos si Hesus mula sa patay	1
	(2) Ikumpisal* si Hesus bilang Panginoon	1
30	Hindi	1
31	"Papasok Ako"	1
32	Ang karapatang maging mga anak ng Diyos	1
33	Ipinanganak tayo ng Diyos (ipinanganak muli)	1
34	Walang hangggan* buhay	1
35	Oo (Sumulat si Juan para sa layuning iyon)	1
36	Binigyan tayo ng Diyos ng buhay walang na hanggan* kay Kristo Hesus	2
37	Buhay na walang hanggan*	1
38	Si Kristo Hesus ay naninirahan sa mga puso natin	1
39	Lahat ng bagay (na ibig ipagawa ng Diyos sa atin)	1
40	Ikukumpisal* Niya tayo sa harap ng kanyang Ama sa langit	1
41	Ikakaila Niya tayo sa harap ng kanyang Ama sa langit	1
42	(1) Ang isang ipinanganak ng Diyos (sa pamamagitan ng kanyang pananampalataya)	1
	(2) Ang isang sumasampalataya na si Hesus ay Anak ng Diyos	1
43	Sapagkat ang nasa kanila (ang Diyos) ay mas higit pa kaysa sa kanyang nasa mundo (ang Diablo)	1
44	(1) Sa pamamagitan ng dugo ng Tupa (si Kristo Hesus)	1
	(2) Sa pamamagitan ng kanilang pagpapatotoo*	1
45	Siya na nakapagtagumpay	1

Tingnan ang iyong pangmemoryang kard para sa nakasulat na gawaing pagmemorya.

Kung ang Gawain pagmemorya ay perfecto, 4 na puntos bawat bersikulo.   8

(1 puntos ang ibawas sa bawat mali sa bersikulo. Kung mas marami sa
3 mali, huwag markahan ng puntos ang bersikulong iyon.)

TOTAL   38

19 na tamang sagot = 50 %

27 na tamang sagot = 70 %

30 na tamang sagot = 80 %

(Ang numero sa pahinang ito ay tinutukoy ang mga numero sa pahina ng mga Tamang Sagot.)

24–25. Ina-alis ng Bibliya ang anumang gagawing pag subok ng tao para iligtas ang kanyang sarili o gawin niyang makatuwiran* ang sarili. Ang Tao ay hindi maliligtas kung wala ang biyaya ng Diyos. Ang biyayang nakaka pagligtas ay natatanggap sa pamamagitan ng pananampalataya* kay Kristo Hesus.

25. Ang Kautusan ay ibinigay hindi para maging makatuwiran* ang tao. Ang Kautusan ay ibinigay para ipakita na ang tao ay makasalanan at hindi niya kayang mailigtas ang kanyang sarili. (Tingnan sa Roma 3:20 at Roma 7:7-13).

26. Kung ikukumpisal lang ang kasalanan pero hindi naman ito tatalikuran, hindi rin nito makakamit ang awa ng Diyos. (Tingnan at ikumpara sa Isaias 55:7) Ang ibig sabihin ng tatalikuran ay "iwanan na ng husto."

27. Pag nagpatawad ang Diyos ng kasalanan, hinuhugasan at nililinis din Niya ang puso ng nagkasala. Sa sandaling nahugasan na ng malinis ang nagkasala, siya ay hindi na magtutuloy sa kasalanan na kanyang ikinumpisal*.

28. Ang tao ay walang sariling gamot para sa makasalanan niyang puso. Tanging ang dugo lamang ni Kristo Hesus ang makakalinis at makakaayos nito.

29. (2) "Ikumpisal* na si Hesus ay Panginoon" ay mas tamang pagsasalin kaysa sa New King James Version. (tingnan at ikumpara ang 1 Corinto 12:3 at Filipo 2:11).

31. Ang mga salita ni Hesus sa Pahayag 3:20 ay naka-ukol sa Simbahan na nasa Laodicea. Ang simbahang ito ay nagsasabing Kristyano sila. Pero si Kristo Hesus ay naiwan sa labas ng simbahan nila, at naghahanap ng paraan para makapasok. Ilan pang simbahang Kristiyano ang ganito ngayon? Ang pangako ni Hesus na "pumasok" ay ibinigay sa bawat isa sa atin. Ang pangako ay hindi ibinigay sa simbahan bilang isang buo. Ang pagtanggap kay Hesus ay isang sariling desisyon.

32. Karapatan, o, mas tama, autoridad.

33. Ang Juan 3:1-7 ay nagsasabi sa atin na dapat tayong ipanganak muli. Ang Juan 1: 12-13 ay nagsasabi sa atin kung paano tayo maipapanganak muli (ng Diyos). Ito ay sa pamamagitan ng pagtanggap natin kay Kristo Hesus bilang personal na tagapagligtas at Panginoon.

34. Ipaghambing ang "kabayaran" at "regalo" sa Roma 6:23. Punahin ang pagkakaiba "kabayaran" = ang tamang kaparusahan para sa mga kasalanang nagawa; "regalo" = ang malayang, di dapat ipagkaloob na biyaya ng Diyos.

38. Ang buhay ng Kristiyano ay nagpapatuloy, sa simula pa, sa pamamagitan ng pananampalataya*. "Samakatuwid, ikaw na tinanggap si Kristo Jesus bilang Panginoon, mamuhay sa paraang karapatdapat sa kaniya." (Col. 2:6) Natatanggap natin si Hesus sa pamamagitan ng pananampalataya*. Lumalakad tayo sa kanya sa pamamagitan ng pananampalataya* (2 Cor. 5:7).

39. Mas wasto, sa Filipo 4:13 ay mababasa, "Magagawa ko ang lahat ng bagay sa pamamagitan ni Hesus na nagbibigay lakas sa akin."

40–41. Si Hesus ay ang "Dakilang Saserdote ng ating patotoo*" (Heb. 3:1) Sa ganito, ang gumagawa ay si Hesus bilang ating Dakilang Saserdote. Siya ang tagapagsalita sa ngalan natin sa harap ng kanyang Ama. Pero ginagawa lang niya ito habang may patotoo tayo sa kanya. Kung wala tayong patotoo* wala din tayong Dakilang Saserdote na tagapagsalita para sa atin. (Ikumpara ang Hebreo 4:14 at Hebreo 10:21-23) Sa huling patutungohan, mayroon lang tayo na dalawang pagpipilian: mag patotoo* o tumanggi. Walang nasa gitna.

44. "Sa pamamagitan ng dugo ng Tupa at sa salita ng (ating) patotoo" (Pah. 12:11). Kailangan personal tayong magpatotoo sa sinasabi ng Salita ng Diyos tungkol sa kung ano ang ginagawa ng dugo ni Kristo Hesus para sa atin. Ilan sa malalaking pagpapala na kasama sa mga natanggap natin sa pamamagitan ng dugo ni Hesus ay ang mga sumusunod: pagtubos* (Efe.1:7), paglilinis (1 Juan 1:7), gawing matuwid* (Roma 5:9), at pabanalin* (Heb. 13:12).

45. Ikumpara ang Roma 12:21. Sa Huli, mayroon lamang tayong dalawang pagpipilian: ang makapagtagumpay o mapagtagumpayan. At inu-ulit, walang nasa gitna.

Bautismo Sa Tubig: Paano? Kaylan? Bakit?

PANIMULA:

Sinabi ni Hesus, "kung sino man ang sumampalataya at magpabautismo ay maliligtas" (Marcos 16:16) Ang paraan ng Diyos para sa Kaligtasan* ay pareho pa rin: Una, Manampalataya; pagkatapos, magpabautismo.

Ang pananampalataya kay Hesus ay nagbubunga ng pagbabago sa kalooban ng ating mga puso. Ang magpabautismo sa tubig ay panlabas na kilos sa pagsunod sa Diyos. Sa pamamagitan nito tayo ay nagpapatotoo. Ipinapakita natin na ang pagbabago ay nangyari na sa kalooban natin, sa ating mga puso.

Ang bautismo ay ginagawa tayong kaisa ni Kristo sa kanyang pagkalibing at sa kanyang muling pagkabuhay*. Nahihiwalay tayo sa dating buhay ng pagkakasala at pagkatalo. Umahon tayo sa tubig para mamuhay ng buhay na makatuwiran* at matagumpay. Ginawang possible ito sa pamamagitan ng kapangyarihan ng Diyos na nasa atin.

Ang mga Kasulatan sa araling ito ay nagpapaliwanag ng mabuti kung paano, kaylan, at bakit dapat tayong mabautismuhan.

Gawaing Pagmemorya: Roma 6:4

☐ Tsekan pag namemorya na ang bersikulo.

(Balik-aralan araw-araw ang mga bersikulo sa mga naunang Aralin)

Mga Tanong Sa Aralin

1. Ano ang dahilan na ibinigay ni Hesus para siya ay bautismuhan .

   (Mt.3: 15) _____

   _____

   _____

2. Paano ipinakita ng Banal na Espiritu na natuwa Siya sa pagpabautismo ni Hesus? (Mt. 3:16). _____

   _____

   _____

3. Ano ang sinabi ng Diyos Ama tungkol kay Hesus nang siya ay mabautismuhan? (Mt. 3:17) _____

   _____

4. Bumaba ba sa tubig si Hesus para siya bautismuhan? (Mt. 3:16)

   _____

5. Kung ang tao gustong maligtas, ano ang sinabi ni Hesus na gawin nito pagkatapos niyang maniwala sa ebanghelyo? (Mk. 16:16) _____

   _____

6. Ano ang sinabi ni Hesus sa kanyang mga disipulo na gawin sa mga tao bago bautismuhan? (Mt. 28:19). _____

   _____

7. Para kanino pinapunta ni Hesus ang mga disipulo para dalhin ang mensahing ito? (Mt. 28:20) _____

   _____

8. Ano ang ina-asahan ni Hesus na gawin ng mga tao pagkatapos nilang mabautismuhan? (Mt. 28:20) _____

   _____

9. Ano ang sinabi ni Pedro sa mga tao bago ito bautismuhan?

   (Gawa 2:38) _____

   _____

10. Ilang tao ang sinabihan ni Pedro na dapat magpabautismo?
    (Gawa 2:38) _____

11. Paano umakto ang mga taong masayang tinanggap ang Salita ng Diyos?
    (Gawa 2:41) _____

    _____

12. Ano ang ginawa ng mga Samaritano pagkatapos nilang maniwala sa patotoo ni Felipe? (Gawa 8:12). _____

    _____

13. Ano ang sinabi ni Felipe na gawin ng eunoko bago ito mabautismuhan?
    (Gawa 8:37) _____

    _____

14. Paano sumagot ang eunoko? (Gawa 8:37) _____

    _____

15. Bumaba ba sa tubig ang eunoko para mag pa bautismo? (Gawa 8:38)

    _____

16. Ano ang naramdaman ng eunoko pagkatapos ng bautismo?
    (Gawa 8:39) _____

17. Nang matapos sina Cornelio at mga kaibigan nito maligtas at matanggap ang Banal na Espiritu, ano ang iniutos ni apostol Pedro na susunod nilang gawin? (Gawa 10:44-48) _____

    _____

18. Ano ang ginawa ng Filipong tagapamahala ng piitan at ng kanyang pamilya pagkatapos maniwala sa mensahe ni Pablo?
    (Gawa 16:29-33) _____

    _____

19. Ano ang ginawa ng mga disipulo sa Efeso pagkatapos maniwala sa mensahe ni Pablo? (Gawa 19:4-5) _____

    _____

20. Anong dalawang karanasan ni Hesus ang ating sinusundan pag tayo na bautismuhan? (Rom.6:4) (Col. 2:12)
    (1) _____ (2) _____

21. Paano sinabi ni Pablo dapat mamuhay ang mananampalataya pagkatapos mabautismuhan? (Rom. 6:4) _____
_____

22. May pagkakaiba pa ba ang mga mananampalataya na nagmula sa ibat-ibang lahi pagkatapos mabautismuhan? (Gal. 3:26-28) _____
_____

23. Anong dalawang halimbawa ng bautismo ng tubig ang makikita sa Lumang Tipan na binanggit sa Bagong Tipan?

(1) (1 Cor. 10:1-2) (Ex. 14:21-22) _____
_____

(2)(1 Pedro 3:20-21) (Gen. 6:7) _____
_____

Gawaing Pagmemorya: Roma 6:4

Isulat itong bersikulo galing sa memorya.

_____

_____

_____

_____

_____

_____

_____

HUWAG BUBUKLATIN ANG PAHINANG ITO HANGGA'T HINDI NAKOKUMPLETO ANG LAHAT NG MGA SAGOT SA ARALING ITO

MGA TAMANG SAGOT AT MARKA – ARALIN APAT

Tanong	Sagot	Puntos
1	Sa ganito nararapat lang natin tuparin ang lahat na Katuwiran*	2
2	Siya (ang Banal na Espiritu) bumaba na parang kalapati at dumapo sa kanya	2
3	Ito ang minamahal kong Anak, na kung saan ako ay nagagalak	2
4	Oo	1
5	Dapat siyang bautismuhan	1
6	Gumawa ng mga disipulo	1
7	Sa lahat ng mga nasyon	1
8	Gawin ang mga utos ni Hesus, sundin lahat ng mga bagay na iniutos Niya	2
9	Magsisi*	1
10	Lahat na tao	1
11	Binautismuhan sila	1
12	Binautismuhan sila	1
13	Sumampalataya ng buong puso	1
14	Sumasampalataya ako na si Hesu-Kristo ay Anak ng Diyos	1
15	Oo	1
16	Nagpatuloy siya sa kanyang lakad na nagbubunyi	1
17	Magpabautismo	1
18	Nabautismuhan sila	1
19	Nabautismuhan sila	1
20	(1) Ang kanyang libing	1
	(2) Ang kanyang muling pagkabuhay mula sa patay (Pagkabuhay na muli*)	1
21	Lumakad dapat sila sa kabaguhan ng buhay	2
22	Hindi, walang pagkakaiba	1
23	(1) Ang mga Israelita tinahak ang Pulang Dagat	2
	(2) Si Noe at ang pamilya niya tinahak ang baha sakay sa Arko	2

Tingnan ang iyong pangmemoryang kard para sa nakasulat na gawaing pagmemorya.

Kung ang Gawain pagmemorya ay perfecto, 4 na puntos bawat bersikulo.   4

(1 puntos ang ibawas sa bawat mali sa bersikulo . Kung mas marami sa
3 mali, huwag markahan ng puntos ang bersikulong iyon.)

_____

TOTAL   36

18 na tamang sagot = 50 %

25 na tamang sagot = 70 %

29 na tamang sagot = 80 %

(Ang numero sa pahinang ito ay tinutukoy ang mga numero sa pahina ng mga Tamang Sagot.)

1–4. Ang bautismo ni Juan ay "bautismo ng pagsi-sisi*" kasabay ang pag kumpisal ng mga kasalanan (Marcos 1:4-5). Pero si Hesus ay walang kasalanan na ikukumpisal* at pagsi-sisihan*. Manapa, sa pagpapabautismo, ipinakita ni Hesus ang pagsunod sa kagustuhan ng Diyos. Sa paggawa nito, ipinakita niya ang halimbawa para sa iba. Ito ang dahilan ibinigay ni Hesus: "Sa ganito nararapat lang na gawin natin ang lahat na Katuwiran*" (Mt. 3:15).

Ang salitang "sa ganito" ay tinutukoy ang perfectong halimbawa ni Hesus ng bautismo: ang paglubog – at pag ahon – sa tubig. "Nararapat lang" ay tinutukoy ang perfectong halimbawa Niya ng pagsunod na dapat lang sundan ng lahat na mga tapat na mananampalataya. "Tuparin natin ang lahat na Katuwiran*" ay nagbigay ng perfectong dahilan: para makumpleto ang lahat na katuwiran*.

Una, ang Kristiyano ay ginawang matuwid* sa pamamagitan ng kanyang pananampalataya* kay Hesus. Pagkatapos, nakukumpleto niya ang panloob na katuwiran* ng pananampalataya sa pamamagitan ng aktong panlabas ng pagsunod – magpabautismo.

Sa ganitong paraan nauunawan na, ang bautismo ay may maliwanag na pag-sang-ayon ng lahat na kabuohan ng pagka-Diyos: ang Ama, Anak, at Banal na Espiritu.

5, 6, 9, 13. Bago mabautismohan, ang isang tao ay dapat munang ganapin ang tatlong kondisyon: (1) Maturuan ng likas at layunin ng bautismo; (2) magsisi* ng kanyang mga kasalanan; (3) manampalataya na si Hesus Kristo ay Anak ng Diyos.

7, 10, 11, 12, 17, 18, 19. Sinabi ni Hesus sa kanyang mga disipulo na ang bautismo ay para sa "lahat na bansa". Walang bansa ang iiwanan. Sa layuning ito, ipinapakita ng Bagong Tipan na ang lahat na baguhang mananampalataya ay palaging agad na binabautismuhan ng walang pagka-antala. Kadalasan, ito ay nagaganap sa araw mismo ng pagbabago. Hindi kailanman nagkaroon ng matagal na pagka-antala sa pagitan ng pagbabago at pagpapabautismo. Walang dahilan para ang huwarang ito ng sina-unang simbahan ay di tularan ngayon.

8, 20, 21. Sa pamamagitan ng bautismo ang mga Kristiyano ay hayagang nakiki-isa kay Kristo sa kanyang pagkalibing at muling pagkabuhay*. Pagkatapos ng bautismo, sila ay kinakailangan lumakad sa bagong buhay ng Katuwiran*. Ang Bagong buhay ay maaaring magawa sa pamamagitan ng biyaya at kapangyarihan ng Banal na Espiritu.

23. (1) Ang 1 Corinto 10:1-2 ay nagpapakita ng dobleng bautismo para sa bayan ng Diyos: "Sa alapaap at sa dagat." Ang bautismo "sa alapaap" ay nagpapakita ng bautismo sa Banal na Espiritu. Ang bautismo "sa dagat" ay nagpapakita ng bautismo sa tubig, (2) Sa pananampalataya*, Si Noe at ang kanyang pamilya ay pumasok sa arko (= Kristo). Pagkatapos, sa loob ng arko, dumaan sila sa tubig ng baha (= bautismo). Sa ganito sila naligtas sa paghuhukom* ng Diyos. Nahiwalay sila sa luma at walang diyos na mundo at dinala sa bagong buhay.

Ang Banal Na Espiritu

PANIMULA:

Si Hesus ay umaasa sa Banal na Espiritu para sa kanyang pang araw-araw na gawain dito sa mundo.

Ang Banal na Espiritu ay bumaba at dumapo sa kanya sa may ilog Jordan. Bago iyon, si Hesus ay hindi naghahayag ng sermon o gumagawa ng himala. Pagkatapos niyon, lahat ng gawin niya ay sa pamamagitan ng kapangyarihan ng Banal na Espiritu.

Nang si Hesus ay aakyat na sa langit, nagbigay siya ng pangako sa kanyang mga disipulo. Nangako siya na ipapadala niya sa kanila ang Banal na Espiritu galing sa langit. Ginawa niya ito para mapa sa kanila rin ang Banal na Espiritu. Ang pangakong ito ay natupad sa araw ng Pentekoste ng sila ay mabautismuhan sa Banal na Espiritu. Ang Banal na Espiritu ay ang kanilang Katulong at nagbibigay ng lahat ng espiritwal na pangangailangan nila.

PUNA: "Banal na Espiritu" at "Banal na Multo" ay dalawang magka-ibang paraan ng pag sabi ng parehong bagay. Walang pagkakaiba sa kahulugan.

Gawaing Pagmemorya: Gawa 2:38-39

☐ Tsekan pag namemorya na ang bersikulo.

(Balik-aralan araw-araw ang mga bersikulo sa mga naunang Aralin)

Mga Tanong Sa Aralin

1. Sa pamamagitan ng ano binasbasan ng Diyos Ama si Hesus para sa kanyang gawain dito sa lupa? (Gawa10:38). _____

2. Ano ang nakita ni Juan Bautista na bumaba at dumapo kay Hesus?
(Juan 1:32-33) _____

3. Ano ang sabi ni Hesus ang nasa kanya, at inihihintulot nito na Siya ay maka pagpahayag at makatulong sa mga nangangailangan?
(Lukas 4:18) _____

4. Sa anong kapangyarihan ang sabi ni Hesus na siya ay nakakapagpalayas ng mga demonyo? (Mt. 12:28) _____

5. Sino ang sinabi ni Hesus na ipapadala niya sa kanyang mga disipulo, na nagmula sa Ama, pagkatapos niyang bumalik sa langit?
(Juan 14:16, 26; 15:26) _____

6. Sa anong ibang tawag ang ginamit ni Hesus para isalarawan ang Katulong? (Juan 14:17; 15:26) _____

7. Ilista ang dalawang bagay na sinabi ni Hesus na gagawin ng Banal na Espiritu para sa mga disipulo. (Juan 14:26)
(1) _____
(2) _____

8. Sa anong ibang paraan sinabi ni Hesus ang Banal na Espiritu ay tutulong para sa mga disipulo? (Juan 16:13) _____

9. Ilista ang dalawang paraan kung paano ibubunyag ng Banal na Espiritu si Hesus sa mga disipulo?

(1) _____

(2) _____

10. Kailan sinabi ni Hesus na makakatanggap ng kapangyarihan ang mga dispulo para maging mga saksi niya sa Jerusalem? (Gawa 1:8)

_____

_____

11. Ano ang sinabi ni Juan Bautista sa mga tao na gagawin ni Hesus para sa kanila? (Mc. 1:8) _____

_____

12. Anong pangako ang ibinigay ni Hesus sa mga disipulo bago siya umakyat sa langit? (Gawa 1:5) _____

_____

13. Ano ang sinabi ni Hesus sa mga disipulo na gawin nila hanggang itong pangako ay maisakatuparan? (Lukas 24:49) _____

_____

14. Sa anong araw dumating ang Banal na Espiritu sa mga disipulo, sang-ayon sa pangako ni Hesus. (Gawa 2:1-4) _____

_____

15. Bakit ang Banal na Espiritu ay hindi maibigay sa mga disipulo habang may gawain pa sa lupa si Hesus? (Juan 7:39) _____

_____

16. Pagkatapos makabalik ni Hesus sa dati niyang luklukan ng kaluwalhatian na sa kanang kamay ng Diyos, ano ang natanggap niya galing sa Ama? (Gawa 2::33) _____

_____

17. Paano nalaman ng mga naroroon na di-naniniwala na ibinuhos na ni Hesus ang Banal na Esprirtu sa kanyang mga disipulo? (Gawa 2:33)

_____

_____

18. Ano iyong narinig ng mga di-naniniwala na ginagawa ng mga disipulo sa pamamagitan ng kapangyarihan ng Banal na Espiritu? (Gawa 2:7-11)

_____

_____

19. Para kanino ipangako ng Diyos ibubuhos ang Banal na Espiritu sa pagtatapos ng panahong ito? (Gawa 2:17) _____

_____

20. Para kanino sinabi ni Pedro na ang pangakong regalo ng Banal na Espiritu ay maaari ng makamtan? (Gawa 2:39) _____

_____

21. Anong mabuting regalo ang ibibigay ng Diyos Ama sa lahat ng kanyang mga anak na hihingi nito sa kanya? (Lukas 11:13) _____

_____

_____

Gawaing Pagmemorya: Gawa 2:38-39

Isulat itong bersikulo galing sa memorya.

_____

_____

_____

_____

_____

_____

_____

HUWAG BUBUKLATIN ANG PAHINANG ITO HANGGA'T HINDI
NAKOKUMPLETO ANG LAHAT NG MGA SAGOT SA ARALING ITO

MGA TAMANG SAGOT AT MARKA – ARALIN LIMA

Tanong	Sagot	Puntos
1	Kasama ang Banal na Espiritu at ang kapangyarihan	1
2	Ang (Banal na) Espiritu sa anyo ng isang kalapati	1
3	Ang Espiritu ng Panginoon	1
4	Sa pamamagitan ng Espiritu ng Diyos	1
5	Ang Katulong (ang Banal na Espiritu)	1
6	Ang Espiritu ng Katotohanan	2
7	(1) Tuturuan Niya tayo ng lahat na bagay	1
	(2) Ipapa-alaala Niya sa inyo ang lahat na itinuro ko sa inyo	2
8	Gagabayan Niya kayo sa lahat ng Katotohanan	1
9	(1) Magpapatotoo Siya tungkol sa akin (Hesus)	1
	(2) Magbibigay Siya ng kaluwalhatian* sa Akin (Hesus)	1
10	Pag ang Banal na Espiritu ay dumating na sa inyo	1
11	Babautismuhan Niya kayo ng Banal na Espiritu	1
12	Kayo ay mababautismuhan ng Banal na Espiritu mga ilang araw na lang simula ngayon	2
13	Subalit magtigil (maghintay) sa lunsod ng Jerusalem hanggang mapuspos (mabigyan) kayo ng kapangyarihan na galing sa kataastaasan	2
14	Ang Araw ng Pentecostes (tinawag na Shabuoth sa Hebreo)	1
15	Sapagkat si Hesus ay hindi pa niluluwalhati*	1
16	Ang pangako ng Banal na Espiritu	1
17	Nakikita at naririnig nila	1
18	Nagsasalita sila sa wika ng mga bayan na kung saan nagmula ang mga di-naniniwala	2
19	Sa lahat ng laman (lahat ng tao)	
20	Sa inyo, at sa inyong mga anak, at sa lahat ng nasa malayo, maging ilan man ang tawagin ng Panginoon nating Diyos	3
21	Ang Banal na Espiritu	1

Tingnan ang iyong pangmemnoryang kard para sa nakasulat na gawaing pagmemorya..

Kung ang Gawain pagmemorya ay perfecto, 4 na puntos bawat bersikulo.   8

(1 puntos ang ibawas sa bawat mali sa bersikulo. Kung mas marami sa
3 mali, huwag markahan ng puntos ang bersikulong iyon.)

_____

TOTAL   38

19 na tamang sagot = 50 %

27 na tamang sagot = 70 %

30 na tamang sagot = 80 %

(Ang numero sa pahinang ito ay tinutukoy ang mga numero sa pahina ng mga Tamang Sagot.)

1–5. Ang English na salitang Kristo ay galing sa salitang Griego na ang ibig sabihin ay "binasbasan." Ito ay eksaktong kapareho ng salitang Mesias sa Hebreo na ang ibig ding sabihin ay "binasbasan." Si Hesus ay naging Mesias, ang Piling Binasbasan, nang ang Banal na Espiritu ay bumaba sa kanya mula sa langit. Nangyari ito sa Ilog Jordan, pagkatapos siyang ma bautismuhan ni Juan Bautista.

Ang titulong "Kristo" o "Mesias," ay nagpapakita sa atin na ang gawain sa lupa ni Hesus ay naging katotohanan sa pamamagitan ng bas-bas ng Banal na Espiritu na bumaba mula sa langit. Ninanais din ng Diyos ang parehong bas-bas para sa lahat na mga Kristiyano. "Ngayon, siya ang nagpapatibay sa amin kasama kayo kay Cristo, at nagbas-bas sa atin, ay ang Diyos." (2 Cor. 1:21). "Sapagkat ang bas-bas na inyong natanggap sa kanya ay nananahan sa inyo" (1 Juan 2:27).

Ang mga Kristiyano ay siyang mga tunay na "piling binasbasan." Para maging tunay na mga dispulo, dapat ang mga Kristiyano ay nakasalig sa Banal na Espiritu. Si Hesus mismo ay nakasalig sa Banal na Espiritu. Ipinakita ni Hesus sa atin ang daan.

5–6. May ibang salita na gamit para sa Banal na Espirirtu, ito ang "Tagapagtanggol." Ang isang tagapagtanggol ay ang nangangatwiran para sa kaso, isang abogado. Parehong salita ang ginamit ukol kay Hesus sa 1 Juan 2:1. Si Hesus ang nangangatwiran sa langit para sa adhikain ng mga mananampalataya. Ang Banal na Espiritu ang nangangatwiran sa adhikain ni Kristo Hesus sa lupa sa pamamagitan ng mga mananampalataya. (Tingnan sa Mateo 10:19-20).

6–9. Sa Juan 16:7, sabi ni Hesus, "Para sa kabutihan ninyo na ako ay lumisan; kasi kung hindi ako lilisan, ang Katulong ay hindi pupunta sa inyo; subalit kung ako ay lilisan, papupuntahin ko siya sa inyo." Nang si Hesus ay bumalik sa langit, ipinadala Niya ang Banal na Espiritu sa mga disipulo. At agad silang nakatanggap ng mas mabuting kaalaman at pang unawa tungkol kay Hesus. Naunawan nila ng mas mabuti si Hesus kaysa ng kasama nila siya sa lupa. Sa gayon ang Banal na Espiritu ay naisakatuparan ang gawain Niya. Ang Banal na Espiritu ay ipinadala para maghayag, magbigay kahulugan, at bigyan kaluwalhatin* ang persona, gawain, at mensahe ni Kristo. Ito ang gawain Niya para sa atin ngayon.

11. Malapit sa pasimula ng lahat na apat na ebanghelyo, si Juan Bautista ang nagturo na si Hesus ang siyang "magbabautismo sa atin ng Banal na Espiritu." Ang Bagong Tipan ay naglalagay ng posibling pinakamalaking halaga sa bahaging ito ng gawain ni Kristo. Ang Simbahan Kristiyano ay dapat gawin din ito.

12 – 13. Ang Ebanghelyo ay nagsasara – gaya ng pag bukas – kasama ang pangako ng bautismo sa Banal na Espiritu.

15 – 16. Sa pamamagitan ng kamatayan Niya sa krus, binili ni Hesus ang regalo ng Banal na Espiritu para sa lahat na mananampalataya. (Tingnan sa Galicia 3:13-14). Pagkatapos ng kanyang muling pagkabuhay* at pagpanhik*, si Hesus ay nagkaroon ng espesyal na pribilehiyo para tanggapin ang regalo na mula sa Ama at ihandog ito sa mga disipulo.

17 -18. Ang lahat na kabuohan ng Bagong Tipan, ang bautismo sa Banal na Espiritu ay napapatunayan ng nakakamanghang katibayan sa pamamagitan ng pagsasalita sa ibat-ibang wika.

18 – 21. Sa pagtatapos ng panahong ito, ipinangako ng Diyos na ibubuhos Niya muli ang kanyang Banal na Espiritu sa lahat ng tao ng isang beses pa. Bawat Kristiyano ay may karapatang hilingin ang regalong ito na sinabi ng Kasulatan.

Mga Bunga Ng Bautismo Sa Banal Na Espiritu

PANIMULA:

Ang Bautismo sa Banal na Espiritu ay regalong mula sa langit. Ang mananampalataya na tumanggap ng regalong ito ay binibigyan ng likas na nakakamanghang kapangyarihan para magpatotoo at magsilbi bilang isang disipulo ni Hesus.

Ang mananampalataya na nakatanggap ng regalong ito ay markado ng kanilang kakayahan na makapagsalita o makapanalangin sa wikang hindi nila alam. Itong marka – o regalo – ay bigay ng Banal na Esprirtu. Kaya kung minsan ito ay tinatawag na pananalangin sa Banal na Espiritu. Ang Bibliya ay tinatawag din ito na "pagsasalita sa ibat-ibang wika" (Gawa 2:4) Sa simbahan ng Bagong Tipan, ang karanasang ito ay tanggap na normal sa lahat na mananampaltaya.

Sa pananalangin sa wikang ito, ang Kristiayano ay nagtatatag ng sarili niyang espritwal na buhay. Inilalagay niya ang kanyang sarili sa direkto at palagiang pakikipag ugnayan sa Diyos. Binubuksan nito ang tarangkahan ng kalangitan na itinutulot pareho ang mga regalo at mga bunga ng Banal na Espiritu para maisagawa sa buhay ng mananampalataya.

Gawaing Pagmemorya: Gawa 2:17-18

☐   Tsekan pag namemorya na ang bersikulo.

(Balik-aralan araw-araw ang mga bersikulo sa mga naunang Aralin)

Mga Tanong Sa Aralin

1. Ano ang nangyari sa mga disipulo sa araw ng Pentecontes (tinawag na Shabuoth sa Hebreo) nang lahat sila ay mapuspos ng Banal na Espiritu? (Gawa 2:14) _____

_____

2. Sino ang nagpatotoo sa mga tao ng Samaria para manampalataya kay Hesus bilang Mesias. (Gawa 8:12) _____

_____

3. Nang si Pedro at si Juan pumunta sa Samaria, ano ang ipinanalangin nila para sa mga Kristiyano doon? (Gawa 8:15) _____

_____

4. Paano tinanggap ng mga Kristiyano ng Samaria ang Banal na Espiritu? (Gawa 8:17) _____

_____

5. Paano ni Saul ng Tarsus (Pablo) natanggap ang Banal na Espiritu? (Gawa 9:17) _____

_____

6. Ano ang nangyari sa lahat na nakarinig ng sermon ni Pedro sa bahay ni Cornelio? (Gawa 10:44) _____

_____

7. Paano nalaman nina Pedro at ng mga kaibigan niya na lahat sa bahay ni Cornelio ay nakatanggap ng Banal na Espiritu? (Gawa 10:45-46)

_____

8. Anong tanong ang itinanong ni Pablo sa mga disipulo sa Efeso? (Gawa 19:2) _____

_____

9. Kailan natanggap ng mga dispulo sa Efeso ang Banal na Espiritu? (Gawa 19:6) _____

_____

10. Ano ang nangyari sa mga disipulo pagkatapos pumaroon ang Banal na Espiritu sa kanila? (Gawa 19:6) _____

_____

11. Gaano karami ang sinabi mismo ni Pablo na sinasalita niya sa ibat-ibang wika? (1 Cor. 14:18) _____

12. Ilista ang tatlong bagay na ginagawa ng Kristiyano pag siya ay nag sasalita sa ibat-ibang wika. (! Cor. 14:2, 4)

    (1) _____   (2) _____

    (3) _____

13. Kung ang Kristiyano ay nanalangin sa ibat-ibang wika, anong bahagi niya ang nananalangin? (1 Cor. 14:14) _____

    _____

14. Paano ang sabi ni Hesus dapat sumamba ang mga tunay na sumasamba sa Diyos? Juan 4:23-24) _____

    _____

15. Paano hinimok ni Judas ang mga Kristiyano para patatagin ang kanilang mga sarili sa pananampalataya* (Judas 20) _____

    _____

16. Pag ang Kristiyano nananalangin sa ibat-ibang wika, ano ang susunod na pinapanalangin niya? (1 Cor. 14:13) _____

    _____

17. Sa publikong pagpupulong na walang tagapagpakahulugan, paano magsasalita ang Kristiyano sa ibat-ibang wika? (1 Cor. 14:28)

    _____

18. Nagsabi ba si Pablo na nais sana niya na lahat ng Kristiyano ay makapagsalita sa ibat-ibang wika? (1 Cor. 14:5) _____

    _____

19. Ilang Kristiyano ang sinabi ni Pablo na maaring makapanghula*?

    (1 Cor. 14:31) _____

20. Maari bang maging mangmang ang Kristiyano tungkol sa regalong espiritwal? (1 Cor. 12:1) _____

    _____

21. Ilista ang siyam na regalo ng Espiritu. (! Cor. 12:8-10)

    (1) _____   (2) _____

    (3) _____   (4) _____

(5) _____ (6) _____

(7) _____ (8) _____

(9) _____

22. Ano ang siyam na bunga ng Espiritu. (Gal. 5:22-23)

(1) _____ (2) _____

(3) _____ (4) _____

(5) _____ (6) _____

(7) _____ (8) _____

(9) _____

23. Maari bang ang Kristiyano ay mayroong regalong espiritwal pero walang espiritwal na bunga? (1 Cor. 13:1-2) _____

24. Maari bang ang Kristiyano ay mayroong espiritwal na bunga pero walang regalong espiritwal? (1 Cor. 12:31; 13:1) _____

25. Ano ang tatlong likas na nakakamanghang bagay ang mangyayari sa katapusan ng panahong ito dahil sa pagbuhos ng Banal na Espiritu?

Gawa 2:17) (1) _____

(2) _____

(3) _____

26. Ilista ang limang regalong espiritwal na maaring gamitin ng isang mananampalataya para paglingkuran ang kapwa mananampalataya sa isang pagtitipon. (1 Cor. 14:26)

(1) _____ (2) _____

(3) _____ (4) _____

(5) _____

Gawaing Pagmemorya: Gawa 2:17-18

Isulat itong bersikulo galling sa memorya.

_____

_____

_____

HUWAG BUBUKLATIN ANG PAHINANG ITO HANGGA'T HINDI
NAKOKUMPLETO ANG LAHAT NG MGA SAGOT SA ARALING ITO

MGA TAMANG SAGOT AT MARKA –ARALIN ANIM

Tanong	Sagot	Puntos
1	Nagsalita sila sa ibat-ibang wika habang ang Banal na Espiritu ibinibigay kung ano ang sasabihin nila.	2
2	Felipe	1
3	Para matanggap nila ang Banal na Espiritu	1
4	Ipinatong ni Pedro at Juan ang kanilang kamay sa kanila	1
5	Ipinatong ni Ananias ang kangyang kamay sa kanya	1
6	Napuspos silang lahat ng Banal na Espiritu	1
7	Narinig nila na nagsasalita ang mga ito ng ibat-ibang wika at nagpupuri sa Diyos	1
8	Natanggap mo ba nag Banal na Espiritu ng maniwala ka?	1
9	Nang ipinatong ni Pablo ang kangyang kamay sa kanila.	1
10	Nagsalita sila sa ibat-ibang wika at nang hula.	1
11	Mas higit pa sa kanilang lahat (ibig sabihin, mas higit pa sa lahat ng Kristiyan sa Corinto)	1
12	(1) Nangungusap siya sa Diyos (hindi sa tao)	1
	(2) Nagsasabi siya ng mga hiwaga	1
	(3) Pinauunlad niya ang sariling pamumuhay espritwal	1
13	Ang kanyang espiritu	1
14	Sa espiritu at katotohanan	1
15	Sa pamamagitan ng pananalangin sa Banal na Espiritu	1
16	Para siya ay makapagkahulugan (o maisalin)	1
17	Mangungusap siya sa kanyang sarili at sa Diyos	1
18	Oo	1
19	Lahat	1
20	Hindi	1
21	(1) Ang salita ng karunungan	1
	(2) Ang salita ng kaalaman	1
	(3) Pananalig* sa Diyos	1
	(4) Kapangyarihang magpagaling sa may sakit	1
	(5) Kapangyarihang gumawa ng himala	1
	(6) Kahusayan manghula	1

Tanong	Sagot	Puntos
	(7) Pagkakilanlan ng banal o masamang espiritu	1
	(8) Kakayahang magsalita sa Ibat-ibang wika	1
	(9) Mapagkahulugan ng Ibat-ibang wika	1
22	(1) Pag-ibig	1
	(2) Kagalakan	1
	(3) Kapayapaan	1
	(4) Katiyagaan	1
	(5) Kabaitan	1
	(6) Kabutihan	1
	(7) Katapatan	1
	(8) Kahinahunan	1
	(9) Pagpipigil sa sarili	1
23	Hindi	1
24	Hindi	1
25	(1) (1) Ang mga anak ninyong lalaki at mga babae ay magbibigay hula	1
	(2) (2) Ang mga batang lalaki ninyo makakakita ng pangitain	1
	(3) (3) Ang matatandang lalaki ninyo ay mananaginip ng mga panaginip	1
26	(1) Ng awit	1
	(2) Ng aral	1
	(3) Ng dila	1
	(4) Ng pagbubunyag (loobing espiritwal)	1
	(5) Ng pagpapakahulugan	1

Tingnan ang iyong pang memoryang kard para sa nakasulat na gawaing pagmemorya.

Kung ang Gawain pagmemorya ay perfecto, 4 na puntos bawat bersikulo.   8

(1 puntos ang ibawas sa bawat mali sa bersikulo. Kung mas marami sa

3 mali, huwag markahan ng puntos ang bersikulong iyon.)   _____

TOTAL   59

30 na tamang sagot = 50 %

41 na tamang sagot = 70 %

47 na tamang sagot = 80 %

(Ang numero sa pahinang ito ay tinutukoy ang mga numero sa pahina ng mga Tamang Sagot.)

1. "Sapagka't sa kasaganaan (umaapaw) ng puso ay nagsasalita ang bibig" (Mt. 12:34). Ang unang pag apaw ng Banal na Espiritu ay galing sa bibig ng mananampalataya.

2–4. Naglingkod si Felipe sa mga tao sa Samaria. At marami sa kanila ang naligtas at gumaling. Subalit hindi pa rin ito sapat sa mga Apostoles. At sila ay umaasa din na ang lahat ng bagong mananampalataya ay makatanggap ng bautismo ng Banal na Espiritu. Kaya sa bandang huli, pagkatapos maligtas, ang mga bagong mananampalataya sa Samaria ay nabautismuhan ng Banal na Espiritu. Nagkaroon ng kaganapan ito sa pamamagitan ng paglingkod nina Pedro at Juan.

5. Punahin na si Ananias ay tinawag lamang na isang "disipulo" (Gawa 9:10). Kaya sa gayon, ang pag patong ng kamay para maibigay ang Banal na Espiritu ay hindi para lamang sa mga Apostoles. O ang pagpatong ng kamay ay laging kailangan para matanggap ang Banal na Espiritu. Sa Gawa 2:2-4 at 10:44-46 ang mga mananampalataya ay nakatanggap ng Banal na Espiritu ng walang pagpatong ng kamay.

8-10. Sa Efeso, gaya sa Samaria, itong mga disipulo ay nakatanggap ng bautismo ng Banal na Espiritu bilang hiwalay na karanasan. Nangyari ito pagkatapos sila ay maligtas. Gaya sa Gawa 2:4 at 10:46, ang karanasan nila ay nagresulta sa pagsasalita sa ibat-ibang wika (at saka, sa Gawa 19:2-6, nagsipaghula*).

11–15. Ang pinakagamit ng pagsasalita sa ibat-ibang wika ay isang personal na pagsamba at pagdasal. Ang mananampalataya ay hindi nakakaunawa sa kanyang isip kung ano ang kanyang sinasabi. Subalit ang kanyang espiritu ay direktong nangungusap sa Diyos. Sa ganitong paraan ay naitataas (naitatag) niya ang kanyang sarili.

16–17. Sa pamamagitan ng regalo ng pagpapakahulugan, ang Kristiyano ay maaaring malaman ang kahulugan ng kung anong sinasabi sa di-kilalang wika. Ang mga salita na sinasabi sa di-kilalang wika habang nasa pampublikong pagpupulong ay maaring maipagkahulugan ninuman. Kung walang makapagpakahulugan, ang mananampalataya na nagsasalita sa di-kilalang wika ay maaring magsalita na lang "sa kanyang sarili at sa Diyos.' (1 Cor. 14:28).

19. Ang manghula* ay nagsasabi ng salita na bigay ng Banal na Espiritu. Subalit ang mga salita na sinasabi, ay nasa wikang nauunawaan ng nagsasalita at ng mga nakikinig.

21–24. May pagkakaiba sa pagitan ng mga regalo at bunga. Ang regalo ay ibinibigay at natatanggap ng isahan lang, sa oras na iyon. Ang bunga ay dumarating sa paggagawa at paghihintay. (Tingnan sa 2 Timoteo 2:6). Isipin ang pagkakaiba ng isang pang-Krismas na puno kasama ang mga regalo nito at ang isang puno ng mansanas kasama ang mga prutas nito. Sa Espiritwal, ang regalo ay hindi pang palit para sa bunga. Ang bunga ay hindi pang palit para sa regalo. Gusto ng Diyos na lahat ng Kristiyano ay parehong meron. (Punahin na ang pag-ibig ay hinding-hindi tinawag na regalo).

25–26. Maraming resulta na mula sa pagbautismo sa Banal na Espiritu. May mga kamangha-manghang mga regalo at bunga. Sa mga ito, ang mga Kristiyano ay makakapag lingkod sa isat-isa. Lahat ng ito ay higit na mataas sa sariling likas na kakayahan at pinag-aralan.

UNANG PAGSURI SA PAG-SULONG

BINABATI KITA!

Natapos mo na ang unang anim na aralin. Pag isipan ng saglit kung ano ang ipinapahiwatig nito!

Sinimulan mo ang iyong pagsasanay sa katuwiran* sa pamamagitan ng pagkakakilala sa sumusunod ng mga paksa:

- Ang Bibliya bilang ang Salita ng Diyos

- Ang plano ng Diyos para sa kaligtasan ng lahat ng tao at kung paano ka maaaring makapasok at makamit ang lahat ng pagpapala nito.

- Ang turo tungkol sa kahalagahan ng bautismo sa tubig.

- Ang laan na Banal na Espiritu at ang lahat na pagpapala nito.

Sa prosseso, nasaliksik mo ang mga Kasulatan para sa mga sagot sa mga tanong dito at nahanap mo ang mahigit na 170 bersikulo! Namemorya mo rin ang sampung mahahalagang bersikulo ng Kasulatan.

Marahil, kung minsan, maaring nahihirapan ka rin sa pag aaral. Maaaring tinanong mo ang iyong sarili, dapat nga bang pag-ukolan ko ito ng oras at pagsisikap? Subalit, ito ay nagpapatunay lang sa sinabi ni Solomon tungkol sa paghahanap ng karunungan. Para itong naghuhukay ng kayamanan na nakabaon sa lupa. (Tingnan sa Kawikaan 2:1-5).

Ang paghuhukay ay mahirap, ito ay nakakabali ng likod na gawain. Nagreresulta ito sa masasakit na laman at galos sa mga kamay. Samakatuwid, hindi nakapagtataka kung naranasan mo ang konting "sakit" at "galos" sa isipan habang pinag-aaralan mo ang unang anim na aralin.

Sa kabilang dako naman, ikaw rin ay naghuhubog sa kaisipan at sa espiritwal na "kalamnan." Nagtatayo ka ng panloob na lakas at matibay na karakter. Ang "sakit" at "galos" ay pansamantala lamang -- mawawala rin ito. Ngunit ang karakter mong nahubog ay nasa saiyo na magpakailanman. Ito ay mahalagang batayan para sa mga darating pang pagtatagumpay, kahit ano pa ang maging gawain mo sa buhay.

Kaya huwag mong isakripisyo ang permanente alang-alang sa temporaryo. Ituloy mo lang ang paghuhukay! Ang kayamanan ay talagang nandyan na at abot-kamay mo na.

UNANG PAGBABALIK-ARAL

Bago ka magpatuloy sa nagbibigay sigla na mga bagong materyal sa unahan, bigyan mo muna ng pansin ang mga natuklasang bagay na naabot mo na, ito ay magbibigay pareho ng lakas ng loob at tibay saiyo. Narito ang ilang mga paraan para makatulong sa paggawa mo nito.

Una, muling basahin ng mabuti ang lahat ng tanong sa nakaraang anim na aralin kasama ang mga tamang sagot. Dapat tiyakin na alam mo at nauunawaan ang tamang sagot sa bawat tanong.

Pangalawa, tingnang muli ang lahat na mga bersikulo ng Kasulatan mula sa anim na aralin na iyong napag-aralan sa Gawaing Pagmemorya.

Pangtatlo, basahing mabuti ang mga sumusunod na mga tanong at tingnan kung paano mo ito sasagutan. Bawat tanong ay may pagkaka-ugnay sa mga materyal na napag-aralan mo na.

1. Paano mo nagamit ang lunas ng Diyos sa kasalanan sa sarili mong buhay?

2. Anong mga pakinabang ang iyong maaasahan sa sarili mong buhay habang nag aaral ka at sumusunod sa Salita ng Diyos?

3. Ilarawan sa ibat-ibang paraan na kung saan ang Banal na Espirtu ay matutulungan ka sa iyong buhay espiritwal.

4. Sa anong paraan ang pagtahak na mga Israelita sa Pulang Dagat naging tularan ng mga sumusunod kay Hesus sa pagpapa bautismo?

Sa wakas, isulat sa hiwalay na pirasong papel ang mga sariling mong sagot sa mga tanong sa taas.

*　*　*　*　*

Walang markang inilaan sa pagbabalik-aral na ito. Ang layunin nito ay matulungan kang mapagsama-sama ang lahat ng iyong mga natutunan. Pag nakuntento ka, na ito ay nakamit, buklatin na ang pahina ng Aralin 7.

Pagsamba At Pananalangin

PANIMULA:

Ang pananalangin ay paraan na ibinigay ng Diyos para ang mga Kristiyano ay makapunta sa kanyang presensya. Ang pananalangin ay ang paraan ng mga Kristiyano para matanggap ang kanilang mga pangangailangan mula sa Diyos.

Sa pamamagitan ng pananalangin, ang mga Kristiyano ay nakakatanggap ng tatlong bagay mula sa Diyos.

- Kailangang paggabay

- Tulong

- Lakas para sa kanilang buhay

Ang Kristiyanong gustong mapakinggan ang panalangin nila sa Diyos ay dapat magsamba sa kanya. At saka, lahat ng Kristiyano ay mabibiyayaan at magiging mas epektibo pag naglaan sila ng oras sa bawat araw para manalangin at magbasa ng Bibliya.

Ang pinakamakapangyarihang tao sa mundo ay ang Kristiyanong marunong kung paano manalangin at matanggap ang kasagutan ng kanyang dalangin.

Para tayo makapanalangin ng ganito, kailangan natin ang tulong ng Banal na Espiritu. Dapat maingat nating sinusunod ang aral ng Salita ng Diyos. Ang mga aral na ito ang laman ng araling ito.

Gawaing Pagmemorya: Juan 15:7

☐ Tsekan pag namemorya na ang bersikulo.

(Balik-aralan araw-araw ang mga bersikulo sa mga naunang Aralin)

Mga Tanong Sa Aralin

1. Anong uri ng tao ang hinahanap ng Diyos? (Juan 4:23-24)

_____

2. Sa kaninong panalangin ba nagagalak ang Diyos? (Kaw. 15:8)

_____

3. Anong uri ng panalangin ang nagbubunga ng malaking resulta?
   (San. 5:16) _____

4. Kung nais nating marinig ng Diyos ang ating mga panalangin, anong dalawang bagay ang dapat nating gawin? (Juan 9:31)

   (1) _____   (2) _____

5. Sa pamamagitan ng ano, maaari tayong makapasok ng masigasig sa banal na presensiya ng Diyos? (Heb. 10:19) _____

_____

6. Sa anong dalawang bagay dapat tayo pumasok sa presensiya ng Diyos? (Awit 100:4)

   (1)_____   (2) _____

7. Ano ang dapat gawin ng isang Kristiyano kaysa mag-alala o mabahala? (Fil. 4:6) _____

_____

8. Sa kaninong pangalan dapat tayo manalangin, at sa anong motibo?
   (Juan14:13) _____

9. Sa anong dalawang kondisiyon maaari tayong humiling para sa ating hinihiling mula sa Diyos? (Juan 15:7)

   (1) _____

   (2) _____

10. Ilista ang apat na bagay, na makikita sa mga sumusunod na mga bersikulo, na makakahadlang ng mga sagot sa ating mga panalangin?

    (1) (Awit 66:18) _____

    (2) (Santiago 1:6-7) _____

    (3) (Santiago 4:3) _____

    (4) (1 Pedro 3:7) _____

11. Para mapagtagumpayan ang mga kampon ng kadiliman, ano ang dapat nating gawin kung minsan pag nananalangin? (Marcos 9:29)

_____

12. Para matanggap ang mga bagay na ninanais natin, ano ang dapat natin gawin pag tayo nananalangin? (Marcos 11:24) _____

_____

13. Kung mayroon tayong anumang bagay na laban sa ating kapwa habang nananalangin, ano ang dapat muna nating gawin? (Marcos 11:25)

_____

14. Kung pinatawad natin ang ating kapwa habang nananalangin, paano makikitungo ang Diyos sa atin? (Marcos 11:25) _____

_____

15. Kung hindi natin pinapatawad ang ating kapwa habang nananalangin, paano makikipagtungo ang Diyos sa atin? (Marcos 11:25) _____

_____

16. Kung mananalangin tayo sang-ayon sa kagustuhan ng Diyos, sa anong dalawang bagay tayo magkakaroon ng katatagan ng loob?
(1 Juan 5:14-15) _____

17. Sa paano sinabi ni David sisimulan niya ang bawat araw? (Awit 5:3)

_____

18. Sa anong tatlong beses nagpasya si David manalangin sa bawat araw? (Awit 55:17)

(1) _____ (2) _____

(3) _____

19. Maliban sa mga regular na oras ng pananalangin, gaano pa tayo dapat kadalas mananalangin? (Efe. 6:18) (1 Tes. 5:17) _____

_____

20. Pag tayo ay nanghihina at hindi alam kung paano manalangin ng tama, sino ang tutulong sa atin manalangin ayon sa kagustuhan ng Diyos? (Roma 8:26-27) _____

_____

21. Anong hakbang ang dapat nating gawin para sa pananalangin ng pribado? (Mt. 6:6) _____

_____

22. Paano sinabi ni Hesus gagantimpalaan ang ganitong uri ng pananalangin? (Mt. 6:6) _____

_____

23. Kung makikipagpulong tayo sa kapwa nating Kristiyano para manalangin sa pangalan ni Hesus, anong pangako ang ibinigay ni Hesus sa atin? (Mt. 18:20) _____

_____

24. Ano ang dapat kalooban natin sa mga kapwa Kristiyano na kasama nating nananalangin? (Mt. 18:19) _____

_____

25. Para kanino dapat ang una nating ipananalangin? (1 Tim. 2:1-2)

_____

26. Anong posisyon ng katawan ang iminungkahi dito ni Pablo pag nananalangin? (1 Tim. 2:8) _____

_____

27. Anong dalawang maling kaisipan na dapat nating bantayan pag tayo nananalangin? (1 Tim. 2:8)

(1) _____   (2) _____

28. Ano ang resulta pag ang mga dalangin natin ay nasagot? (Juan 16:14)

_____

_____

Gawaing Pagmemorya: Juan 15:7

Isulat ang bersikulong ito galing sa memorya.

_____

_____

_____

HUWAG BUBUKLATIN ANG PAHINANG ITO HANGGA'T HINDI NAKOKUMPLETO ANG LAHAT NG MGA SAGOT SA ARALING ITO

MGA TAMANG SAGOT AT MARKA –ARALIN PITO

Tanong	Sagot	Puntos
1	Mga totoong sumasamba, na sinasamba ang Diyos sa espiritu at sa katotohanan	2
2	Ang panalangin ng matuwid	1
3	Ang epektibong, mainit (maningas) na panalangin ng isang matuwid* na tao	2
4	(1) Sambahin ang Diyos (2) Gawin ang kagustuhan ng Diyos	1 1
5	Sa pamamagitan ng dugo ni Hesus	1
6	(1) Pagpapasalamat (2) Pagpuri	1 1
7	Sa lahat ng bagay sa pamamagitan ng panalangin at daing, kasabay ang pasasalamat, ipaalam ninyo ang inyong mga kahilingan sa Diyos.	3
8	Sa pangalan ni Hesus, para ang Diyos Ama ay maluwalhatian*	2
9	(1) Kung tayo ay mananatili (mamuhay) kay Hesus (2) Kung ang kanyang salita ay mananatili (mamuhay) sa atin	1 1
10	(1) Kung hahayaan natin ang kasalanan (hayaan ang alam na kasalanan) manatili sa ating puso (2) Kung tayo ay mag alinlangan at humingi ng walang pananampalataya* (3) Kung hihingi tayo ng lihis (sa maling espiritu) na para sa sariling kaligayahan lang (4) Ang maling relasyon sa pagitan ng mag asawa	1 1 1 1
11	Ayuno	1
12	Maniwala na natanggap natin (sa oras ng panalanagin)	1
13	Dapat natin patawarin sila	1
14	Patatawarin tayo ng Diyos	1
15	Hindi tayo patatawarin ng Diyos	1
16	(1) Dahil pinakinggan tayo ng Diyos (2) Dahil mayroon tayong petisyon (hiling) na hiniling sa Diyos	1 1

Tanong	Sagot	
17	Sa pamamagitan ng pagtuon ng kanyang panalangin sa Diyos at pagtingin sa taas	1
18	(1) Sa gabi	1
	(2) Sa umaga	1
	(3) Sa tanghali	1
19	Palagi, walang pagtigil	1
20	Ang Banal na Espiritu	1
21	Pumunta sa iyong silid, isara ang pinto, at manalangin ng palihim	1
22	Ang Ama natin sa langit ay hayagan tayong gagantimpalaan	1
23	Si Hesus ay naroon kasama natin	1
24	Dapat sumang-ayon tayo sa kanila tungkol sa anumang hihilingin natin	2
25	Para sa mga hari at sa lahat ng may kapangyarihan	1
26	Itinataas ang mga banal na kamay	1
27	(1) Galit	1
	(2) Pag-aalinlangan	1
28	Saya – puno ng saya	1

Tingnan ang iyong pang memoryang kard para sa nakasulat na gawaing pagsasaulo.

Kung ang Gawain pagmemorya ay perfecto, 4 na puntos bawat bersikulo.   4

(1 puntos ang ibawas sa bawat mali sa bersikulo. Kung mas marami sa

3 mali, huwag markahan ng puntos ang bersikulong iyon.)   _____

TOTAL   49

25 na tamang sagot = 50 %

34 na tamang sagot = 70 %

39 na tamang sagot = 80 %

(Ang numero sa pahinang ito ay tinutukoy ang mga numero sa pahina ng mga Tamang Sagot.)

Ang Diyos ay gusto at may kakayahang sagutin ang panalangin. Ang buong Bibliya – lalo na ang Bagong Tipan – ay ipinapakitang totoo ito. (Tingnan sa Mateo 7:7-8). Sa totoo lang, ang Diyos ay talagang gustong sagutin ang mga panalangin ng mga tao na mas higit pa kaysa mga panalangin nila. Subalit, para makamtan natin ang mga sagot sa ating mga panalangin, kailangan masunod natin ang panuntunan ng Diyos. Karamihan sa mga sagot sa araling ito ay tungkol sa mga panuntunang ito. Narito ang buod nito.

5, 8, 23. Bilang mga makasalanan, makakadulog lang tayo sa Diyos sa pamamagitan ng sakripisyong inihandog ni Kristo Hesus. Sumasalig tayo kay Hesus, at siya ang nakikiusap para sa atin sa harapan ng kanyang Ama. Sa pagtanggap nitong katotohanan, lumalapit tayo sa Diyos sa pamamagitan ng pangalan at dugo ni Hesus.

1, 4(1), 6. 7. Ang tamang pagdulog, pagsamba, pagpapasalamat, pagpuri.

1, 2, 3, 4 (2), 9(1). Ang tamang karakter, katotohanan, matuwid, katuwiran*, pagsunod (lahat lamang ito maaari pag nakiki-isa tayo [namumuhay] kay Kristo.

8, 10(3), 10(4), 13, 14, 15, 24, 27(1). Ang tamang motibo: para sa kaluwalhatian ng Diyos, hindi ang pagbigay ng kasiyahan sa ating mga pagnanasa. Pati ang tamang relasyon sa kapwa tao natin, lalo na sa mga malalapit sa atin.

9(2), 16, 25. Pag nananalangin ayon sa kagustuhan ng Diyos, na inihahayag sa Kanyang Salita.

10(2), 12, 16(2), 27(2). Angkinin sa pamamagitan ng pananampaltaya* ang sagot sa ating mga panalangin sa aktwal na sandali ng ating panalangin. "Ngayon na ang oras na tinanggap." (2 Cor. 6:2)

17, 18, 19. Palagian at masigasig – huwag huminto. Ikumpara sa Lukas 18:1).

3, 11, 21, 26. Mainit palagi, pagtanggi sa sarili, paglalaan. (Paglalaan ng iyong sarili sa pananalangin na may pagpapakumbabang puso, sa Diyos lamang.

20. Sa lahat ng ito, hindi tayong maaring umasa sa ating kagustuhan, lakas, o pang-unawa. Kailangan nating ang kamanghang-manghang tulong ng Banal na Espiritu.

22, 28. Ang mga gantimpala para sa tamang pananalangin.

Ang Plano Ng Diyos Para Pagalingin
Ang Ating   Katawan (Parte 1)

PANIMULA:

Nang tumalikod ang Tao sa Diyos sa pamamagitan ng pagsuway, nawala sa kanya ang pagpapala at pag-iingat ng Diyos. Ang tao ay napasa ilalim sa sumpa at kapangyarihan ng Diablo. Pagkatapos ang Diablo ay nahintulutan na makapagdala ng sakit, at kahinaan, at karamdaman sa katawan ng tao.

Subalit, Ang Diyos sa kanyang awa ay nananatiling gustong pagpalain ang tao. At ang Diyos ay gusto pa rin iligtas ang tao sa kanyang kasalanan at sa kanyang karamdaman. Si Kristo Hesus ang umako ng ating mga kasalanan at ng ating mga karamdaman ng siya ay namatay para sa atin sa krus. Ito ang ebanghelyo ng kaligtasan*.

Samakatuwid – sa pamamagitan ng pananampalataya* kay Hesus – maaari na nating matanggap ang paggaling ng ating katawan, pati na ang kapatawaran at katahimikan para sa ating mga kaluluwa.

Gawaing Pagmemorya: 1 Pedro 2:24

☐   Tsekan pag namemorya na ang bersikulo.

(Balik-aralan araw-araw ang mga bersikulo sa mga naunang Aralin)

Mga Tanong Sa Aralin

A. SINO ANG NAGDADALA NG KARAMDAMAN AT NAGDADALA NG KAGALINGAN?

1. Sino ang unang nandaya at nangtukso sa tao para sumuway sa Diyos? (Gen. 3:1-13) (1 Juan 3:8) (Pah. 12:9) _____

   _____

2. Bakit ang sakit, karamdaman, at kamatayan ang unang dumating sa tao? (Gen. 3:14-19) _____

   _____

3. Sino ang nagdala ng karamdaman kay Job? (Job 2:7) _____

   _____

4. Sino ang nagdala ng karamdaman sa babae sa Lukas 13:11, 16 at papaano siya nagapos? _____

   _____

5. Sino ang nagpapahirap* sa tao sa pamamagitan ng karamdaman? (Gawa 10: 38) _____

   _____

6. Ano ang ipanangako ng Diyos na gagawin Niya para sa Kanyang bayan na sumusunod sa Kanya? (Exo. 15:26) _____

   _____

7. Anong dalawang bagay ang ipanangako ng Diyos na gagawin niya para sa kanyang bayan na naglilingkod sa kanya? (Exo. 23:25)

   (1) _____

   (2) _____

8. Ang mga karamdaman ba ay para sa bayan ng Diyos o sa kanilang mga kaaway? (Deut. 7:15) _____

   _____

9. Anong dalawang bagay ang sinabi ni David na ginawa ng Panginoon para sa kanya? (Aw. 103:3)

   (1) _____

   (2) _____

10. Anong tatlong bagay na hinahangad ni Apostol Juan para sa mga Kristiyanong kaibigan niya? (3 Juan 2)

(1) _____

(2) _____

(3) _____

11. Ilan sa mga pangako ng Diyos ang maaari nating angkinin sa pamamagitan ng pag "oo" at pag "amen" kay Hesus? (2 Cor. 1:19-20)

_____

12. Si Hesus ay nahayag (naparito siya sa sanlibutan) para sa anong layunin? (1 Juan 3:8) _____

13. Sa anong layunin binasbasan ng Diyos si Hesus ng Banal na Espiritu?
(Gawa 10:38) _____

14. Kaninong kalooban sumunod si Kristo Hesus para gawin? (Juan 5:30)
(Juan 6:38) _____

15. Sino ang gumawa ng mga himala ni Hesus para sa kanya? (Juan 10:37-38) (Juan 14:10) _____

_____

16. Ilan sa mga dumulog sa kanya ang pinagaling ni Hesus? (Mt. 8:16)
(Mt 12:15) (Mt. 14:35-36) (Lukas 4:40) (Lukas 6:19)_____

_____

17. Ilang klasing mga sakit ang pinagaling ni Hesus? (Mt. 4:23-24)
(Mt. 9:35) _____

_____

18. Nang hindi nagpagaling si Hesus ng maraming tao, ano ang dahilan?
(Mt. 13:58) (Marcos 6:5-6) _____

_____

19. Ang Diyos ba ay maaring magbago? (Mal. 3:6) (Santiago 1:17)

_____

20. Si Kristo Hesus ba maaring magbago? (Heb. 13:8) _____

_____

B. ANG LAYUNIN NG KAMATAYAN NI HESUS SA KRUS

21. Ilista ang tatlong bagay na inako ni Kristo Hesus na para sa ating sarili. (Mt. 8:17) (1 Pedro 2:24)

    (1) _____

    (2) _____

    (3) _____

22. Dahil sa naging resulta, anong tatlong kinalabasan ang maaari nating makamit para sa ating buhay? (1 Pedro 2:24)

    (1) _____

    (2) _____

    (3) _____

23. Sino ang ginawang sumpa para sa ating sarili? (Gal. 3:13) _____

    _____

24. Sa ano tayo tinubos ni Hesus? (Gal. 3:13) _____

    _____

25. Ilang uri ng karamdaman ang kasama sa sumpa ng Kautusan?

    (Deut. 28:15, 21-22, 27-28, 35, at 59-61) _____

    _____

26. Sa alin tayo sinabihan na pumili ng Diyos – pagpapala o sumpa?

    (Deut. 30:19) _____

    _____

    Gawaing Pagmemorya: 1 Pedro 2:24

    Isulat ang bersikulong ito galing sa memorya.

    _____

    _____

    _____

    _____

HUWAG BUBUKLATIN ANG PAHINANG ITO HANGGA'T HINDI
NAKOKUMPLETO ANG LAHAT NG MGA SAGOT SA ARALING ITO

MGA TAMANG SAGOT AT MARKA –ARALIN WALO

Tanong	Sagot	Puntos
1	Ang Ahas. Ang Diablo, si Satanas	1
2	Dahil ang tao sumuway sa Diyos	1
3	Satanas – ang Diablo	1
4	Ginapos ni Satanas ang babae sa espiritu ng karamdaman	2
5	Ang Diablo	1
6	Para hindi mailagay ang mga karamdaman ng Egipto sa kanila – pagalingin sila	2
7	(1) Para pagpalain ang kanilang tinapay at tubig (2) Para alisin ang mga karamdaman sa kanila	1 1
8	Sa mga kaaway ng bayan ng Diyos	1
9	(1) Ang Panginoon ay pinatawad ang lahat ng kanyang kasalanan (2) Ang Panginoon ay pinagaling ang lahat ng kanyang karamdaman	1 1
10	(1) Para siya ay umasenso (2) Para siya ay may mabuting kalusugan (3) Para ang kanyang kaluluwa ay umasenso	1 1 1
11	Lahat ng pangako ng Diyos	1
12	Para sirain ang mga gawain ng Diablo	1
13	Para gumawa ng mabuti at pagalingin ang mga pinapasakitan* ng Diablo	2
14	Ang kalooban ng Diyos Ama	1
15	Ang Diyos Ama	1
16	Lahat – bawat isa	1
17	Lahat ng uri ng karamdaman at sakit	1
18	Ang di-paniniwala ng bayan	1
19	Hindi; hindi kailanman	1
20	Hindi kailanman	1
21	(1) Ang ating mga karamdaman (2) Ang ating mga sakit (3) Ang ating mga kasalanan	

Tanong	Sagot	
22	(1) Maaaring patay tayo sa kasalanan	1
	(2) Maaari tayong mabuhay sa Katuwiran*	1
	(3) Maaari tayong gumaling	1
23	Hesus	1
24	Ang sumpa ng Kautusan	1
25	Lahat ng uri ng karamdaman	1

Tingnan ang iyong pang memoryang kard para sa nakasulat na gawaing pagsmemorya.

Kung ang Gawain pagmemorya ay perfecto, 4 na puntos bawat bersikulo.   4

(1 puntos ang ibawas sa bawat mali sa bersikulo. Kung mas marami sa

3 mali, huwag markahan ng puntos ang bersikulong iyon.)

_____

TOTAL   40

20 na tamang sagot = 50 %

28 na tamang sagot = 70 %

32 na tamang sagot = 80 %

(Ang numero sa pahinang ito ay tinutukoy ang mga numero sa pahina ng mga Tamang Sagot.)

1-2. Lahat ng Genesis 3 ay makikita ang bakas ng ugat na dahilan sa paghihirap ng mga tao na nagmula sa Diablo. Si Hesus mismo ang nagsabi nito tungkol sa Diablo. "Sa simula pa, siya na ang pumapatay." (Juan 8:44).

3–5. Ang lahat ng karamdaman ay may bakas kung saan nanggaling – sa Diablo. Ang karamdaman ay kasama sa "gawain ng Diablo." (1 Juan 3:8)

6. Ang ibang paraan para isalin ang Exodo 13:26 ay "Ako si Jehovah, ang iyong Mangagamot."

9. Punahin ang salitang "lahat" sa Awit 103:3, ay sinabi "lahat ng iyong kasalanan" at "lahat ng iyong karamdaman."

10. Punahin na si Juan ay sumulat sa isang ulirang mananampalataya, kay Gaius, na lumalakad sa katotohanan at matapat na ginagawa ang kanyang tungkulin bilang isang Kristiyano. (3 Juan 3-5).

11. Ang pangalawang Corinto 1:20 ay sumasalungat sa paniniwalang ang pangakong pisikal na pagpapapagaling ay hindi raw para sa mga Kristiyano ngayon. Lahat na pangako ng Diyos ay para sa atin (ngayon). Kasama ang lahat na Kristiyano. Nangangahulugan ito na: "Lahat ng pangako na naka-ukol sa aking sitwasyon at sumasagot sa aking pangangailangan ay para na sa akin ngayon."

13. Lahat ng tatlong persona ng pagka-Diyos ay aktibong gumagawa sa gawain ng pagpapagaling. Ang Ama ay pinuspos ang Anak ng Banal na Espiritu. Ang resulta ay ang paggaling ng lahat.

14–15. Ang kalooban ng Ama ay perpektong ibinunyag sa atin sa buhay ni Hesus. Lahat na ito ay totoo para sa pagpapapagaling at sa lahat ng bagay na ginawa ni Hesus.

16-18. Kahit sinong tao ang lumapit kay Hesus para magpagaling ay gumaling. Ito ang ipinapakita ng ebanghelyo sa atin sa lahat ng pagkakataon.

19–20. Ang katotohanan ng ebanghelyo ay solidong bato at di-nagbabago. Ang di-nagbabagong katotohanan ng ebanghelyo ay nakasalalay sa di-nagbabagong kalikasan ng Diyos mismo.

21. Si Mateo at si Pedro ay parehong binanggit ang Isaias 53:4-5. Ang tamang pagbasa ng Isaias 53:4 ay "Siguradong Siya ang nagpasan ng ating mga karamdaman at dinala ang ating mga kasakitan." "Siya" ay si Kristo Hesus. Sa 1 Pedro 2:24, ang salitang "pinagaling" ay mula sa salitang Griego na nagbigay sa atin ng salitang "doktor". Si Hesus nga ang tunay nating doctor.

24. "Ang sumpa ng Kautusan" (Gal3:13) nangangahulugan na ang sumpa ay resulta ng pagsuway sa Kautusan. Itong mga sumpa ay inilalarawan sa Deuteronomio 28:15-68. Kasama nito ang lahat ng uri ng karamdaman.

26. Nagtalaga ang Diyos ng dalawang magkasalungat na pares. Alin man sa (a) buhay at pagpapala; o (b) kamatayan at sumpa. Nasa sa tao ang pagpili.

Ang Plano Ng Diyos Para Pagalingin
Ang Ating Katawan (Parte 2)

PANIMULA:

Ang pagpapagaling ng ating katawan ay mula sa Diyos. Natatanggap natin ang pagpapagaling pag tayo ay:

- Nakikinig sa salita ng Diyos

- Naniniwala sa Salita ng Diyos

- Sumasampalataya* at hinahayaan ang Espiritu ng Diyos na punuin ang ating mga katawan ng muling pagkabuhay* na buhay ni Hesus Kristo

At higit pa, maari rin nating ialok ang pagpapagaling at pagpapalaya* ng iba sa pangalan ni Hesus. Ang ibig sabihin ng Pagpapalaya* ay palayain sa mga masasamang espiritu. May dalawang mahalagang paraan ng pag-aalok ng pagpapagaling at pagpapalaya* sa iba. Maari nating gawin ito sa pamamagitan ng:

- Ang pagpatong ng mga kamay sa may mga karamdaman at panalangin para sa kanila.

- Ang pagkuha ng mga mananampalatayang matanda ng iglesia para pahiran sila ng langis sa pangalan ni Hesus.

Kung tayo ay kikilos sa ganitong paraan ayon sa pananampalataya*, ang Diyos ang kasama nating gagawa at ito ay sasang-ayunan ng katotohanan ng Kanyang Salita sa pamamagitan ng mga himala ng pagpapagaling at pagpapalaya*.

Gawaing Pagmemorya: Marcos 16:17-18

☐ Tsekan pag namemorya na ang bersikulo.

(Balik-aralan araw-araw ang mga bersikulo sa mga naunang Aralin)

Mga Tanong Sa Aralin

C. TATLONG PARAAN NG PAGPAPAGALING
(1) Ang Salita ng Diyos (2) Ang Banal na Espiritu
(3) Ang ating Pananampalataya*

27. Ano ang ipinapadala ng Diyos para tayo pagalingin at palayain*?
    (Aw.107:20) _____

28. Anong dalawang pagpapala ang dinadala ng Salita ng Diyos sa kanyang mga anak? (Kawikaan 4:20-220

    (1) _____   (2) _____

29. Kung ang Espiritu ng Diyos ay nakatira sa atin, ano ang gagawin nito para sa mortal nating katawan? ((Rom. 8:11) _____

    _____

30. Ano ang gusto ng Diyos na lumabas (maihayag) sa ating mortal na katawan? (2 Cor. 4:10-11) _____

    _____

31. Ano ang hinahanap ni Hesus na makita sa mga lumalapit sa kanya para magpagaling? (Mt. 9:28-29) (Mc. 2:5) (Mc. 9:23) (Lukas 8:50)

    _____

32. Paano ipinaliwanag ni Pedro ang paggaling ng taong pilay?
    (Gawa 3:16) _____

    _____

33. Ano ang nakita ni Pedro sa pilay na taga Lystra para ito ay mapagaling? (Gawa 14:8-10) _____

    _____

34. Paano ang pananampalataya* dumarating sa atin? (Rom. 10:17)

    _____

D. ANG KAPANGYARIHAN ANG IBINIGAY SA MGA MANANAMPALATAYA

35. Magpangalan ng dalawang klase ng kapangyarihan na ibingay ni Hesus sa kanyang mga disipulo. (Mt. 10:1)

(1) _____

(2) _____

36. Ilista ang apat na bagay na iniutos ni Kristo Hesus sa kanyang mga disipulo na gawin. (Mt. 10:8)

(1) _____   (2) _____

(3) _____   (4) _____

37. Nang ang kanyang disipulo ay nabigong pagalingin ang epiletik, anong dalawang dahilan ang ibinigay ni Hesus? (Mt. 17:20-21) (Mc. 9:29)

(1) _____

(2) _____

38. Sinabi ni Hesus na ang isang taong sumasampalataya sa Kanya ay maaaring gumawa ng dalawang bagay. Ano ang mga iyon? (Juan 14;12)

(1) _____

(2) _____

39. Ano ang maaaring gawin ng mga mananampalataya para sa mga may sakit na mga tao sa pangalan ni Hesus? (Marcos 16:17-18)

_____

40. Ano ang mangyayari sa mga may sakit na tao? (Marcos 16:18)

_____

41. Ano ang dapat gawin ng Kristiyanong may sakit? (Santiago 5:14)

_____

42. Anong dalawang bagay ang dapat gawin ng isang matandang lingkod ng iglesiya sa Kristiyanong may sakit? (Santiago 5:14)

(1) _____

(2) _____

43. Anong dalawang bagay ang gagawin ng Panginoon sa Kristiyanong may sakit? (Santiago 5:15)

(1) _____

(2) _____

44. Anong klasing panalangin ang magliligtas sa may sakit?

(Santiago 5:15) _____

45. Anong dalawang bagay ang ipinalanangin ng disipulo na gagawin ng Diyos sa pangalan ni Hesus? (Gawa 4:29-30)

(1) _____

(2) _____

46. Nang ang mga disipulo ay humayo at nagpahayag, anong dalawang bagay ang ginawa ng Panginoon para sa kanila? (Marcos 16:20)

(1) _____

(2) _____

Gawaing Pagmemorya: Marcos 16:17-18

Isulat ang bersikulong ito galing sa memorya.

_____

_____

_____

_____

_____

HUWAG BUBUKLATIN ANG PAHINANG ITO HANGGA'T HINDI NAKOKUMPLETO ANG LAHAT NG MGA SAGOT SA ARALING ITO

MGA TAMANG SAGOT AT MARKA –ARALIN SIYAM

Tanong	Sagot	Puntos
27	Ang Kanyang (Diyos) salita	1
28	(1) Buhay	1
	(2) Kalusugan sa lahat ng kanilang laman	1
29	Magbibigay ito ng buhay sa ating mortal na katawan	1
30	Ang buhay ni Hesus	1
31	Pananampalataya* (paniniwala)	1
32	Pananampalataya* sa pangalan ni Hesus ang nagpagaling sa kanya	2
33	Ang pilay ay may pananampaltaya* para gumaling	1
34	Sa pamamagitan ng pakikinig ng salita ng Diyos	2
35	(1) Kapangyarihang mangibabaw sa mga masasamang espiriu para palayasin sila	2
	(2) Kapangyarihang magpagaling ng lahat na uri ng sakit at karamdaman	2
36	(1) Paggalingin ang may mga sakit	1
	(2) Linisin ang mga may ketong	1
	(3) Buhayin ang mga patay	1
	(4) Palayasin ang mga demonyo	1
37	(1) Dahil sa kanilang di-paniniwala	1
	(2) Umaalis lang sa pamamagitan ng pagdasal at pag ayuno	1
38	(1) Sa mga gawain kanyang ginawa	1
	(2) Mas higit pang gawain kaysa nito	1
39	Ang mga mananampalataya ay maaring magpatong ng kamay sa mga may sakit sa pangalan ni Hesus	1
40	Makakabangon muli sila	1
41	Dapat tawagin niya ang matatandang lingkod ng Iglesya	1
42	(1) Ipanalangin siya	1
	(2) Pahiran siya ng langis sa pangalan ng Panginoong Hesus	1
43	(1) Pabangunin siya	1
	(2) Patawarin siya kung may nagawang kasalanan	1

Tanong	Sagot	Puntos
44	Ang dasal ng pananampalataya*	1
45	(1) Ipagkaloob sa kanila para makapag salita ng masigasig	1
	(2) Ipagkaloob sa kanila para ang mga palatandaan at ang mga nakakamangha ay mangyari	1
46	(1) Ang Panginoon ay gumawa kasama sila	1
	(2) Pinatunayan Niya ang Salita sa pamamagitan ng mga kasamang mga palatandaan	1

Tingnan ang iyong pang memoryang kard para sa nakasulat na gawaing pagmemorya.

Kung ang Gawain pagmemorya ay perfecto, 4 na puntos bawat bersikul   8

(1 puntos ang ibawas sa bawat mali sa bersikulo. Kung mas marami sa

3 mali, huwag markahan ng puntos ang bersikulong iyon.)

TOTAL   43

22 na tamang sagot = 50 %

31 na tamang sagot = 70 %

35 na tamang sagot = 80 %

MGA PUNA SA MGA TAMANG SAGOT – ARALIN SIYAM

(Ang numero sa pahinang ito ay tinutukoy ang mga numero sa pahina ng mga Tamang Sagot.)

27–34. Sa Awit 33:6 ay sinabi na ginamit ng Diyos ang Kanyang Salita at Kanyang Hininga para gawin ang mga kalangitan. Ang Hininga ng Diyos ay pareho ang ibig sabihin pag nabanggit ang Espiritu ng Diyos. Lahat ng nilikha ay nalikha sa pamamagitan ng Salita at ng Espiritu ng Diyos na magkasamang gumawa. Ito ay totoo rin sa muling paglikhang gawain ng Diyos ng pagpapagaling. Ito ay nagawa sa pamamagitan ng Kanyang Salita at ng Kanyang Hininga na magkasamang gumagawa. Natatanggap natin itong gawain ng pagpapagaling sa pamamagitan ng ating pananampalataya*.

28. Kawikaan 4:20-22. Ang mga bersikulong ito ay ang "sisidlan ng gamot" ng Diyos. Para gumaling, kailangan inumin mo ang gamot ng Diyos ayon sa pagkaresita nito. Sundin ang Kanyang apat na direksyon: (1) Bigyan ng atensyon ang Salita ng Diyos; (2) "Ihilig ang iyong tainga" ibig sabihin nito ay maging mapagpakumbaba at madaling turuan; (3) Ilagay palagi ang Salita ng Diyos sa iyong paningin; (4) Panatilihin ang Salita ng Diyos sa iyong puso.

Nakakamit natin ang nagpapagaling na gamot ng Diyos sa ating katawan sa pamamagitan ng ating isip, ng ating tainga, ng ating mata, at ng ating puso.

30. Nais ng Diyos na "mahayag" (hayagang nakabunyag) ang resureksiyon* na buhay ni Hesus sa ating "mortal na katawan". (2 Cor. 4:10-11). Sa pamamagitan ni Hesus, ibinigay ng Diyos ang pagpapagaling, at kalakasan ng katawan sa buhay natin ngayon.

34. Roma 10:17. Una, Ang Salita ng Diyos ay nagbubunga ng "pakikinig." Pagkatapos, mula sa "pakikinig" nabubuo sa atin ang "pananampalataya*." Ang pagbubunga ng pakikinig ay nilalarawan sa apat na pagbabago sa Kawikaan 4:20-21.

35–36. Pag-isipan mo ito. Nang ang mga disipulo ay pinahayo upang magpahayag, Sila ay palaging ina-asahan na magpagaling ng mga tao at palayain ito sa mga masasamang espiritu. Ikumpara ang Mateo 10:8 sa Mateo 28:20: "Turuan ninyo sila na gawin ang lahat ng bagay na iniutos ko; at tingnan, Ako ay laging kasama ninyo, hanggang sa katapusan ng panahong ito." Ang "katapusan ng panahon" ay ang presenting panahon ngayon. Iniutos ni Hesus na ang parehong gawain ay patuloy na walang pagbabago sa bawat henerasyon ng mga disipulo hanggang sa presenting panahon. Kasama tayo ngayon bilang mga disipulo.

37. (2) Si Hesus mismo ay nag aayuno. Inaasahan Niya na ang kanyang mga disipulo ay sumunod sa kanyang halimbawa. (tingnan sa Mateo 6:16-18). Subalit, ang mga disipulo ay hindi ito ginagawa habang si Hesus (ang lalaking ikakasal) ay kasama pa nila dito sa lupa. (Tingnan sa Marcos 2:18-20.)

38. Ang gawain ni Hesus ay siyang tularan para sa lahat na gawaing Kristiyano. Pagkatapos makabalik sa Ama, pinadala ni Hesus ang Banal na Espiritu. Ang Banal na Espiritu ay gumagawa ngayon sa pamamagitan ng mga sumasampalatayang dispulo na gampanan ang gawain na ipinangako ni Hesus.

39. Ang mga pangako sa Marcos 16:17-18 ay pangkalahatang umiiral sa mga mananampalataya – iyon ay, para "sa mga sumasampalataya."

39–44. Ang gustong mag-aral pa, tungkol sa paksang ito, tingnan ang "Laying On of Hands" seksyon ng aking libro, "The Spirit-filled Believer's Handbook."

41. Ating tungkulin na tawagin ang matandang lalaking lingkod ng iglesya kung tayo ay may sakit.

45. Ang Gawa 4:30 ay tularang panalangin pa rin sa mga Kristiyanong Iglesya.

Pagsaksi At Pagwagi Ng Kaluluwa

PANIMULA:

Sa pamamagitan ng kanyang sakripisyong kamatayan, ginanap ni Hesus ang kaligtasan* para maaari ng makamtan ng lahat ng tao sa lahat ng dako ng daigdig. Subalit, para matanggap ang kaligtasan*, bawat tao ay dapat munang marinig ang Salita ng Diyos at ang patotoo kay Kristo Hesus.

Bawat taong naligtas ay dapat mapuspos ng Banal na Espiritu. Pagkatapos, dapat silang umasa sa kapangyarihan ng Banal na Espiritu para makapagsaksi sa ibang tao tungkol kay Kristo Hesus. Kung ito ay gagawin ng masinsinan ng bawat mananampalataya, ang pagsaksi para kay Kristo at hindi matitigil hanggang ang lahat ng bahagi ng mundo ay maabot at ang lahat ng bansa ay makarinig. Ito ang plano ng Diyos.

Ito ay isang malaking paraan na kung saan ang lahat ng Kristiyano ay magkakasamang gumagawa. Maaari nating gawin ito para sa paghahanda ng daan sa pagbabalik ni Hesus. Ang mga Kristiyanong tapat sa pagpapatotoo ay makakatanggap ng gantimpalang mula kay Hesus mismo. Sa langit sila ay magkakaroon ng kagalakan pag nakita nila ang mag kaluluwang naligtas dahil sa pagpapatotoo nila. Ang mga Kristiyanong hindi naging tapat ay mananagot sa Diyos para sa mga kaluluwang nawala dahil nabigo silang maging saksi dito.

Gawaing Pagmemorya: Gawa 1:8

☐ Tsekan pag namemorya na ang bersikulo.

(Balik-aralan araw-araw ang mga bersikulo sa mga naunang Aralin)

Mga Tanong Sa Aralin

1. Ano ang sinabi ni Hesus sa mga disipulo na dapat maging ano sila para sa Kanya? (Gawa 1:8) _____

_____

2. Gaano kalayo sinabi ni Hesus pupunta ang mga disipulo para maging mga saksi Niya? (Gawa 1:8) _____

_____

3. Para kanino ang saksi dapat pumunta bago ang katapusan ng panahon. (Mt. 24:14) _____

_____

4. Sa anong tatlong bagay tungkol kay Hesus ang sinabi ni Pedro na siya at ang mga disipulo ay mga saksi? (Gawa 10:39-41)

   (1) _____ (2) _____

   (3) _____

5. Ano ang sinabi ng Diyos kay Pablo na gagawin niya para kay Kristo? (Gawa 22:15) _____

_____

6. Ano ang patuloy na ginagawa ni Pablo sa simula ng araw na makilala niya si Kristo? (Gawa 26:22) _____

_____

7. Ano ang ginagawa ng tunay na saksi sa pamamagitan ng kanyang patotoo? (Kawikaan 14:25) _____

_____

8. Ano ang dapat hanaping gawin ng isang matalinong Kristiyano?

   (Kaw. 11:30) _____

9. Pagkatapos na makita ni Andres si Hesus, sino naman ang kaniyang dinala kay Hesus? (Juan 1:35-42) _____

_____

10. Pagkatapos makita ni Hesus si Felipe, sino naman ang dinala ni Felipe kay Hesus? (Juan 1:43-47) _____

_____

11. Nang tinanong ng mga Pariseo ang lalaking ipinanganak na bulag, ano isinagot niya mula sa kanyang karanasan? (Juan 9:25) _____

_____

12. Anong dalawang katotohanan ang dapat nating pag-usapan at ipa-alam sa ibang tao? (1 Cro. 16:8-9)

(1) _____ (2) _____

13. Nang ang mga tao sa Corinto sumalungat sa patotoo ni Pablo, ano ang sinabi ng Diyos kay Pablo? (Gawa 18:9) _____

_____

14. Anong espiritu ang sinabi ni Pablo kay Timoteo na hindi galing sa Diyos? (2 Tim. 1:7) _____

_____

15. Ano ang kinahihinatnan pag may takot sa tao? (Kaw. 29:25)

_____

_____

16. Anong pangaral ang ibingay ni Pablo kay Timoteo tungkol sa patotoo kay Hesus? (2 Tim. 1:8) _____

_____

17. Nang si Pedro at si Juan ay pinagbawalan magsalita tungkol kay Hesus, anong dalawang sagot ang ibinigay nila?

(1) (Gawa 4:20) _____

(2) (Gawa 5:29) _____

18. Nang malaman ng ibang disipulo na si Pedro at si Juan ay pinagbawalan magsalita tungkol kay Hesus, ano ang ginawa nilang lahat? (Gawa 4:24)

_____

_____

19. Pagkatapos manalangin at mapuspos ng Banal na Espritu ang mga disipulo, ano ang ginawa nilang lahat? (Gawa 4:31) _____

_____

20. Anong espesyal na katungkulan ang ibinigay ng Diyos kay Ezekiel sa gitna ng kangyang bayan? (Eze. 3:17) _____

_____

21. Ano ang sinabi ng Diyos na mangyayari kay Ezekiel pag siya'y mabigong magbabala sa mga makasalanan? (Eze. 3:18) _____

_____

22. Anong dalawang bagay ang ipinatotoo ni Pablo sa lahat ng tao sa Efeso? (Gawa 20L21)

(1) _____

(2) _____

23. Bakit nasabi ni Pablo na siya ay malinis sa dugo ng lahat ng tao sa Efeso? (Gawa 20:26-27) _____

_____

24. Ano ang pinakahuling gantimpala na nakalaan para sa lahat na mga tapat na saksi ni Kristo? (2 Tim. 4:8) _____

_____

Gawaing Pagmemorya: Gawa 1:8

Isulat ang bersikulong ito galing sa memorya.

_____

_____

_____

_____

_____

_____

_____

HUWAG BUBUKLATIN ANG PAHINANG ITO HANGGA'T HINDI
NAKOKUMPLETO ANG LAHAT NG MGA SAGOT SA ARALING ITO

MGA TAMANG SAGOT AT MARKA –ARALIN SAMPU

Tanong	Sagot	Puntos
1	Mga Saksi	1
2	Sa dulo ng daigdig	1
3	Lahat ng daigdig – lahat ng bansa	1
4	(1) Lahat ng ginawa niya	1
	(2) Ang kamatayan niya	1
	(3) Ang muling pagkabuhay* niya	1
5	Na maging saksi sa lahat ng tao tungkol sa kanyang nakita at narinig	3
6	Pagpapatotoo sa maliliit at malalaki na ang Kasulatan (ang mga Propeta at si Moises) ay totoo	3
7	Siya'y nagpapalaya* ng mga kaluluwa	1
8	Mangwagi ng kaluluwa	1
9	Ang sarili niyang kapatid, Simon	1
10	Nathaniel	1
11	Isang bagay ang alam ko: kahit ako bulag dati, ngayon ako nakakakita na	2
12	(1) Gawain ng Diyos	1
	(2) Ang kanyang kamangha-manghang mga gawa	1
13	Huwag matakot, magsalita lang	2
14	Ang espiritu ng takot	1
15	Isang patibong	1
16	Huwag mahiya sa patotoo ng ating Panginoon	2
17	(1) Hindi maaring hindi kami magsalita sa mga bagay na aming nakita at narinig	2
	(2) Dapat naming sundin ang Diyos, kaysa ang tao	1
18	Itinaas nila ang kanilang boses (nanalangin) sa Diyos na nagkakaisa	2
19	Nagsipagsalita sila ng Salita ng Diyos na may katapangan	1
20	Isang bantay	1
21	Sisingilin ng Diyos ang kanilang dugo sa kanyang kamay	2

Tanong	Sagot	
22	(1) Pagsisisi* patungo sa Diyos	1
	(2) Pananampalataya* patungo sa ating Panginoong Hesu- Kristo	1
23	Sapagkat hindi siya umatras (tumakbong palayo) mag pahayag sa kanila ng buong karunungan (mga turo) ng Diyos	2
24	Isang korona ng katuwiran*	1

Tingnan ang iyong pang memoryang kard para sa nakasulat na gawaing pagmemorya.

Kung ang Gawain pagmemorya ay perfecto, 4 na puntos bawat bersikulo.   4

(1 puntos ang ibawas sa bawat mali sa bersikulo. Kung mas marami sa

3 mali, huwag markahan ng puntos ang bersikulong iyon.)

`

TOTAL   44

22 na tamang sagot = 50 %

31 na tamang sagot = 70 %

35 na tamang sagot = 80 %

(Ang numero sa pahinang ito ay tinutukoy ang mga numero sa pahina ng mga Tamang Sagot.)

1. Ang mga Kristiyano ay nararapat na maging saksi ni Kristo mismo, hindi lang sa doktrina, sa denominasyon, o sa karanasan. Sinabi ni Hesus, "Ako, kung Ako ay maitaas na mula sa lupa, ang lahat ng tao lalapit sa Akin." (Juan 12:32) Ang patotoo ng mga Kristiyano ay dapat itinataas si Hesus. Para magawa ito ng epektibo, dapat ito ay ginagabayan at pinapalakas ng Banal na Espiritu.

4. Ikumpara ang Gawa 1:21-22 at 4:33. Ang pangunahing katotohanan ng lahat ng patotoo tungkol kay Hesus ay ang kanyang muling pagkabuhay* mula sa patay.

5–6. Ang patotoo ni Pablo ay siyang tularan ng lahat na Kristiyano. Nakabatay ito sa personal na karanasan. Tinuturo nito si Kristo Hesus. Pinatotohanan nito ang nakasulat sa Kasulatan.

7–8. Ang tapat at personal na patotoo ang pinaka epektibong paraan upang maiwagi ang ibang kaluluwa para kay Kristo.

9–10. Si Pedro ang naging pinaka pinuno ng mga Apostoles at ang punong taga pahayag. Subalit ang kanyang kapatid na si Andres ang naunang sumama kay Hesus at nagdala naman kay Pedro. Di-nagtagal, sa parehong paraan, si Felipe naman ang nagdala kay Nataniel. Kaya ang naging tularan sa pagwawagi ng mga kaluluwa ay ang itinatag ng mga Apostoles mismo.

11. May nagsabi: "Ang taong may karanasan ay hindi nasa awa ng taong may argumento." Ibig sabihin nito, na ang personal na karanasan ay mas malakas magsalita kaysa sa salita lamang.

12. Ang salita ng Kristiyano ay dapat positibo at lumuluwalhati* sa Diyos. Sa pamamagitan nito naitatayo niya ang kanyang pananampalataya* at saka ng iba.

13–16, 19. Ang tungkol sa "espiritu ng takot" (pagiging mahiyain) na sinulat ni Pablo sa 2 Timoteo 1:7 ay ang humaharang sa iyong kakayahan na makapag-patotoo para ang iba ay manampalataya.

Ang Bibliya ay maliwanag na nagtuturo na ang espiritong ito ay hindi galing sa Diyos. Ang isang Kristiyano ay hindi dapat hayaan ang kanyang sarili na mahuli o magapos nito. Ang lunas ay ang pagkapuspos ng Banal na Espiritu.

17 (2). Ang pagpili sa pagitan ng pagsunod sa Diyos o pagsunod sa tao, ay talagang maliwanag.   Ang sagot ni Pedro at Juan ay sadyang-tanggap ngayon.

18. Ang panalangin ay ang pinakamalakas na sandata ibinigay sa Kristiyano para mapagtagumpayan ang anumang bagay na pumipigil sa kanilang patotoo.

20–23. Pag meron tayong pagkakataon sa buhay na mag patotoo sa kapwa tao natin, panghahawakan ng Diyos na tayo ang may sala kung hindi tayo nagpapatotoo sa kanila. Si Ezekiel sa Lumang Tipan at si Pablo sa Bagong Tipan ay nauunawaan ito. Hiniling ng Diyos kay Pablo na walang ililiban. Kagustuhan ng Diyos na hayagang magsalita si Pablo tungkol sa "buong karunungan ng Diyos." (Gawa 20:27). Hinihiling pa rin ito ng Diyos sa mga Ktistiyano ngayon.

Ang Plano Ng Diyos Sa Pag-Papaunlad

PANIMULA:

Sa kabuohan ng Bibliya, ang Diyos ay nangako na pagpapalain at pauunlarin silang mga nagtiwala at naglingkod sa Kanya. Para matanggap ang finansiyal at materyal na biyaya na mula sa Diyos, kailangan natin matutunan sundin ang batas ng pananampalataya* ng Diyos. "Magbigay ka at ika'y bibigyan" (Lukas 6:38).

Magsisimula tayo sa pamamagitan ng pagbibigay balik sa Diyos. Ibibigay natin ang unang ikapu ng lahat na natanggap natin, mapa sa pera o galing man sa ani. Ang unang ikapu, ay nakalaan para sa Diyos, ito ay tinatawag na ating "ikapu." Higit at labis pa sa ikapu, nagbibigay din tayo ng ating mga "handog" sa Diyos sa paggabay ng Banal na Espiritu sa atin. At habang ginagawa natin ito ng may pananampalataya*, ang Diyos ay pagpapalain tayo ng husto at pupunuan ang lahat ng ating pangangailangan.

Gawaing Pagmemorya: Mateo 6:33

☐   Tsekan pag namemorya na ang bersikulo.

(Balik-aralan araw-araw ang mga bersikulo sa mga naunang Aralin)

Mga Tanong Sa Aralin

A. MGA HALIMBAWA NG MGA LINGKOD NG DIYOS NA UMUNLAD

1. Nang binigyan ng Diyos ng tagumpay si Abraham sa digmaan, ano ang ibinigay ni Abraham pabalik sa saserdote ng Diyos na si Melquisedec? (Gen. 14:19-20) _____

2. Bilang tugon, paano naman nakitungo ang Diyos kay Abraham?

(Gen. 24:1) _____

3. Anong apat na bagay ang gusto ni Jacob na gawin ng Diyos para sa kanya? (Gen. 28:20)

(1) _____

(2) _____

(3) _____

(4) _____

4. Ano ang ipinangako ni Jacob sa Diyos na ibibigay niya bilang kapalit?

(Gen. 28:22) _____

5. Bilang tugon, paano naman nakitungo ang Diyos kay Jacob?

(Gen.33:11) _____

6. Anong uri ng tao si Jose? (Gen. 39:2) _____

_____

7. Ano ang dahilan para sa pag-unlad ni Jose? (Gen. 39:2, 23)

_____

8. Anong tatlong bagay ang iniutos ng Diyos kay Josue tungkol sa kanyang Kautusan? (Jos. 1:8)

(1) _____

(2) _____

(3) _____

9. Ano ang ipinangako ng Diyos kay Josue kung gagawin niya ang tatlong bagay na ito? (Jos. 1:8) _____

_____

10. Ano ang ipinangako ni David kay Solomon kung susundin niya ang lahat ng palatutunan at kahatulan* ng Kautusan ng Diyos?

(1 Cro. 22:13) _____

_____

11. Habang si Uzziah ay dumudulog sa Diyos, ano ang ginawa ng diyos para sa kanya? (2 Cro. 26:5) _____

_____

12. Nang si Hezekiah dumulog at naglingkod sa Diyos ng taos puso, ano ang nangyari sa kanya? (2Cro. 31:21, 32:30) _____

_____

B. PALATUNTUNAN AT MGA PANGAKO SA PAG-UNLAD

13. Tungkol sa isang tiyak na uri ng tao, ang sinabi ng Diyos, "kahit na ano pa ang gawin niya ito ay uunlad." (Awit. 1:3)

(a) Ilista ang tatlong bagay na hindi dapat gawin ng taong ito. (Aw. 1:1)

(1) _____

(2) _____

(3) _____

(b) Ngayon naman, ilista ang dalawang bagay na dapat gawin ng taong ito. (Aw.1:2)

(1) _____

(2) _____

14. Sa anong dalawang paraan sinabi ng Diyos na ang Israel ay nagnanakaw sa kanya? (Mal. 3:8)

(1) _____   (2) _____

15. Ano ang nangyari sa Israel bilang resulta ng pagnanakaw sa Diyos? (Mal.3:9) _____

_____

16. Paano sinabihan ng Diyos ang Israel na subukan siya (ilagay siya sa pagsubok)? (Mal. 3:10) _____

_____

17. Ano ang ipinangako ng Diyos sa Israel na gagawin Niya noon para sa kanila? (Mal. 3:10) _____

_____

18. Ano ang dalawang bagay na sinabi ni Hesus na hanapin muna ng mga Kristiyano na una sa lahat? (Mt.6:33)

(1) _____ (2) _____

19. Anong resulta ang ipnangako ni Hesus na susunod dito? (Mt. 6:33)

_____

20. Pag tayo nagbigay, sa anong sukat ito ibabalik din sa atin?

(Lukas 6:38) _____

_____

21. Sa anong pamantayan sinabi ni Pablo ang bawat Kristiyano ay dapat mag sukat ng iipunin para sa Diyos? (1 Cor. 16:2) _____

_____

22. Sa anong layunin si Hesus naging mahirap? (2 Cor. 8:9)

_____

_____

23. Anong uri ng tao ang mahal ng Diyos? (2 Cor. 9:7) _____

_____

24. Kung ibig nating umaani ng masagana, ano ang dapat muna nating gawin? (2 Cor. 9:6) _____

_____

25. Kung ang pagpapala ng Diyos ay masaganang tutungo sa atin, anong dalawang resulta ang sumusunod? (2 Cor. 9:8)

(1) _____

(2) _____

26. Sa anong uri ng tao ang Diyos ay di-magpipigil magbigay ng mabuting bagay? (Awit 84:11) _____

_____

27. Anong uri ng mga tao ang hindi magkukulang ng kahit anong mabuting bagay? (Awit 34:10) _____

_____

28. Sa ano ba ang Panginoon ay nagkakaroon ng pagkatuwa? (Awit 35:27) _____

_____

Gawaing Pagmemorya: Mateo 6:33

Isulat ang bersikulong ito galing sa memorya.

_____

_____

_____

_____

_____

_____

_____

HUWAG BUBUKLATIN ANG PAHINANG ITO HANGGA'T HINDI
NAKOKUMPLETO ANG LAHAT NG MGA SAGOT SA ARALING ITO

Tanong	Sagot	Puntos
1	Ang ikapu (ikasampung bahagi) ng lahat	1
2	Biniyayaan ng Diyos si Abraham sa lahat ng bagay	1
3	(1) Sasamahan siya	1
	(2) Iingatan siya sa landas na tatahakin	1
	(3) Bibigyan siya ng makakaing tinapay	1
	(4) Bibigyan siya ng damit na isusuot	1
4	Ang ikapu ng lahat na ibibigay ng Diyos sa kanya	1
5	Mapagpala ang pakikitungo ng Diyos kay Jacob	1
6	Isang matagumpay na tao	1
7	Ang Panginoon ay laging nasa kanya at pinapaunlad ang lahat na ginagawa niya	1
8	(1) Hindi ito dapat mawawala sa kanyang bibig	1
	(2) Dapat niyang pagbulay-bulayan* ito sa araw at sa gabi	1
	(3) Dapat maingat niyang gagawin ang lahat na nakasulat dito	1
9	Gagawin Niya ang kanyang landas ng maunlad at magkakaroon siya ng mabuting pagtatagumpay	2
10	Pagkatapos ikaw ay uunlad	1
11	Ang Diyos ang nagpapaunlad sa kanya	1
12	Umunlad siya sa lahat ng kanyang ginagawa	1
13a.	(1) Hindi lumalakad sa payo ng mga di-makadiyos	1
	(2) Hindi tumatayo sa daanan ng mga makasalanan	1
	(3) Hindi nauupo sa handaan ng mga mapanglibak	1
13b.	(1) Dapat ang kanyang kasayahan ay sa Kautusan ng Panginoon	1
	(2) Dapat sa Kautusan siya nagbubulay-bulay* sa araw at gabi.	1
14	(1) Sa ikapu	1
	(2) Sa mga alay na handog	1
15	Ang buong bayan ay nasa ilalim ng sumpa	1
16	Sa pamamagitan ng pagdala ng lahat na ikapu sa bahay imbakan	1

Tanong	Sagot	Puntos
17	Bubuksan ang mga dungawan sa langit, at ibubuhos sa inyo ang isang pagpapala, na walang sapat na silid na kalalagyan para matanggap ang lahat na ito.	2
18	(1) Ang kaharian ng Diyos	1
	(2) Ang katuwiran* ng Diyos	1
19	Lahat itong mga bagay (materyal) ay idadagdag sa kanila	1
20	Sa parehong sukat na ginamit mo ng pagbigay sa iba	1
21	Sa pag-unlad niya (dahil sa Diyos)	1
22	Upang sa pamamagitan ng kaniyang karukhaan ay magsipagyaman tayo.	2
23	Ang masayang nagbibigay	1
24	Dapat magtanim tayo ng masagana (ng bukas palad)	1
25	(1) Palagi tayong mayroong kasaganahan sa lahat ng bagay	1
	(2) Magkakaroon tayo ng kasaganahan sa bawat mabuting gawain	1
26	Ang mga lumalakad ng matuwid (maka Diyos)	1
27	Ang mga naghahanap sa Diyos	1
28	Sa kaunlaran ng Kanyang lingkod	1

Tingnan ang iyong pang memoryang kard para sa nakasulat na gawaing pagmemorya.

Kung ang Gawain pagmemorya ay perfecto, 4 na puntos bawat bersikulo.   4

(1 puntos ang ibawas sa bawat mali sa bersikulo. Kung mas marami sa

3 mali, huwag markahan ng puntos ang bersikulong iyon.)

_____

TOTAL   47

24 na tamang sagot = 50 %

33 na tamang sagot = 70 %

38 na tamang sagot = 80 %

(Ang numero sa pahinang ito ay tinutukoy ang mga numero sa pahina ng mga Tamang Sagot.)

1–5. Punahin na ang pagbibigay ng ikapu ay hindi nagsimula sa Kautusan ni Moises. Ang unang tao na naitala sa Bibliya na nagbigay ng ikapu ay si Abraham. Sa Roma 4:11-12, si Abraham ay tinawag na "ama ng lahat na mananampalataya . . . na lumalakad din sa bakas ng pananampalataya* (ng) ating ama na si Abraham." Ang mga mananampalataya na nagbibigay ng ikapu sa Diyos ngayon, ay tiyak na naglalakad sa bakas ng pananampalataya* ni Abraham.

Punahin din na ang saserdote na kung saan nagbigay si Abraham ng ikapu ay si Melquisedec. At ayon sa Hebreo 5-7, Si Hesus ay ang ating dakilang saserdote " ayon sa pagkasaserdote ni Melquisedec." Bilang ating dakilang saserdote ngayon, Si Hesus ay tumatanggap pa rin ng mga ikapu ng kanyang mga mananampalatayang bayan.

Pareho si Abraham at si Jacob nakaranas ng materyal na pagpapala ng Diyos bilang.resulta ng kanilang pagbibigay ng ikapu. Sa Genesis 32:10 sinabi ni Jacob "Tumawid ako sa Jordan na tungkod ang dala, ngayon ako ay naging dalawang bayan na." Nang si Jacob nagsimulang magbigay ng ikapu sa Diyos, wala siyang ari-arian kundi ang tungkod sa kanyang kamay. Pagkalipas ng dalawampung taon siya na ang mayamang pinuno ng isang malaki at lumalaki pang pamilya.

6–7. Mahirap man ang pagdaraanan, ito ay hindi makakapigil sa Diyos na tuparin ang kanyang mga pangako. Kahit sa kulungan si Jose ay mapagtagumpay. Nang siya ay naging mataas na pinuno ng Egipto, mas lalo pa siyang naging mapagtagumpay. Ang pagiging mapagtagumpay ni Jose ay galing sa kanyang karakter at sa kanyang relasyon sa Diyos.

8-9. Si Josue ay tinawag upang pamunuhan ang bayan ng Diyos papasok sa ipinangakong Lupain. Sa ngayong araw, ang mga Kristiayano ay tinawag upang pumasok sa "lupain puno ng pangako." Noon at ngayon, ang batayan ng pagtatagumpay ay pareho. Punahin na ang siyang susi ay ang tamang pagbubulay-bulay. Ikumpara ang sagot sa tanong sa 13b(2).

10 -12. Pinaunlad ng Diyos ang lahat ng hari sa Judea na naging masunurin sa Kautusan at tapat sa paglingkod sa templo – simula sa panahon ni David hanggang sa pagkabihag sa Babelonya.

13. Punahin na ang Awit 1:1-3 ay sinulat para sa bawat mananampalataya na namumuhay sa mga salitang ito.

14-15. Pag ang bayan ng Diyos ay hindi matapat magbigay sa Diyos, maaring may sumpang dumating sa bansa. Ito ay totoo ngayon para sa lahat ng bansa, hindi lang sa sinaunang Israel.

16-21. Ang pananampalaya* lamang ang batayan ng katuwiran* na maaaring tanggapin ng Diyos. "Ang anumang hindi galing sa pananampalataya* ay kasalanan." (Rom. 14:23). (Ikumpara sa Hebreo 11:6.) Totoo ito sa paghawak natin ng pera at sa lahat ng bahagi ng ating buhay.

22. Ayon sa Bibliya ang kahirapan ay isang sumpa. Sa Deutoronimo 28:15-68 ay nakalista ang lahat ng sumpa na resulta ng paglabag sa Kautusan ng Diyos. Sa bersikulo 48, ang mga sumusunod ay kasama: "Ikaw ay maninilbihan sa iyong kaaway . . . na gutom, na uhaw, na hubad, at nangangailangan sa lahat ng bagay. Ito ay sagad na kahirapan. Sa krus, inako ni Hesus lahat na itong sumpa sa lanyang sarili. (Tingnan sa Galicia 3:13-14.) Siya ay nagutom, nauhaw, nakahubad, nangangailangan ng lahat ng bagay. Ginawa niya ito para ang mga mananampalataya ay makatanggap ng kayamanan na mula sa Diyos sa bawat pangangailangan. (Tingnan sa Felipo 4:19).

23. Sa literal "masayahin" (2 Cor. 9:7) nangangahulugang "masayang-masaya.

24. Ang mga Kristiyano ay dapat magbigay kagaya ng isang magsasaka na nagtatanim ng mga binhi. Dapat silang magbigay ng maingat, matalino, sa mga bagay na kung saan pinakamalaki ang balik para sa Kaharian ng Diyos.

26–28. Ang pagiging maunlad ay kagustuhan ng Diyos para sa kanyang bayan ng mga mananampalaya na sumusunod sa Kanya.

PANGALAWANG PAGSURI SA PAG-SULONG

BINABATI KITANG MULI!

Natapos mo na ang unang labing-isang aralin – mahigit na ito sa kalahati ng kabuohan ng kurso.

Ang unang anim na aralin ay naka tuon sa mensahe ng kaligtasan at naglatag ng fundasyon para sa patuloy mong pamumuhay kay Kristo. Natutunan mo ang kahalagaan ng bautismo sa tubig at kung ano ang ibig sabihin ng mabautismuhan sa Banal na Espiritu.

Sa limang araling natapos mo pa lang, nagsimula kang pumasok sa malalim na buhay kay Kristo. Sa pamamagitan nitong mga aralin, naipakilala ka sa mga usaping tungkol sa pagsamba, panalangin, at sa pagsaksi. Nakita mo rin ng harap-harapan ang mga paraan ng Diyos ng pagpapala para sa pangangaialangan mo pareho sa pisikal at pananalapi.

Isipin mo! Nasa iyo na ang mga kasagutan, hindi lang para sa malalim mong mga pangangailangan, kundi pati na sa di-mabilang na iba pang mga tao na nagkukumahog at nagdurusa kagaya mo dati. Hindi ka na bahagi ng problema, kundi bahagi ka na ng kalunasan! Maari kang maging liwanag para sa mga nakapalibot saiyo na nasa kadiliman. Ikaw ay naka-alis na mula sa mga fundamental patungo na sa pagiging tagapagpakilala ng iba kay Kristo at maipa-alam sa kanila ang iyong sariling karanasan.

Anopa't napakalaki ng iyong responsibilidad! Sa sarili mo lang, hindi mo kayang tugunan ang hamon na ito. Ngunit hindi ka iiwan ng Diyos sa sarili mo lang. Gagawa siya ng paraan upang makapamuhay ka sa lahat na pagkakataon ng buhay na nagsasalamin ng Kanyang kagandahang loob at kaluwalhatian para sa iyo.

Sa puntong ito, nasaliksik mo na ang Kasulatan at nakita mo ang mga sagot sa 170 piniling tanong. Naisaulo mo na rin ang labing-anim na bersikulo ng Kasulatan. Ang kaalaman mo sa Bibliya ay lumalalim na ng husto.

Sa pagtungo mo sa susunod na limang aralin, masisimulan mong makita ang kahalagahan ng bayan ng Israel sa Bibliya. Ano ang plano ng Diyos para sa kanyang bayan? Makikita mo rin kung paano ang mga propesiya sa Lumang Tipan nagkatotoo sa Bagong Tipan. At makikita mo pa kung saan may pagkakapareho ang gawain ni Hesus at ni Moises.

PANGALAWANG PAG BALIK-ARAL

Bago ka magpatuloy sa susunod na bahagi ng mga aralin, Tingnan mo muna kung naunawaan mo ng husto ang lahat na material na saklaw ng aralin 7 hanggang 11. Habang nakukuha mo na ang mga ibig sabihin ng mga aralin na iyong nakumpleto, ikaw ay mas lalong magiging bihasa na magpatuloy sa mga susunod pang mga aralin.

Ang paraan na sinusunod dito sa pangalawang pagbabalik aral ay may pagkakapareho ng nasa una.

Una, muling basahin ng mabuti ang lahat ng tanong sa nakaraang walong aralin kasama ang mga tamang sagot. Dapat tiyakin na alam mo at nauunawan ang tamang sagot sa bawat tanong.

Pangalawa, tingnang muli ang lahat na mga bersikulo ng Kasulatan mula sa limang aralin na iyong napag-aralan sa Gawaing Pagmemorya.

Pangtatlo, basahing mabuti ang mga sumusunod na mga tanong at tingnan kung paano mo ito sasagutan. Bawat tanong ay may pagkaka-ugnay sa mga materyal na napag-aralan mo na.

Anong dahilan na mula sa Kasulatan ang maaari mong ibigay para sa paniniwalang nagpapagaling pa rin ang Diyos ngayon sa mga nagtitiwala sa kanya?

Anong tatlong pamamaraan ng pagpapagaling ang ginagamit ng Diyos? Paano mo ito maaaring pakinabangan?

Magsulat ka ng maikling patotoo kung paano hinipo ng Panginoon ang iyong buhay na maaari mong ibahagi sa iba.

Ilarawan ng maikli ang uri ng tao na kung saan nangako ang Diyos na "kahit ano ang kanyang gawin ito ay uunlad" (Aw.1:3)

Sa wakas, isulat sa hiwalay na papel ang iyong sariling mga sagot sa mga tanong sa itaas.

*   *   *   *   *

Walang mga markang inilaan sa pangalawang pagbabalik-aral na ito. Ang layunin nito ay matulungan kang mapagsama-sama ang lahat ng iyong mga natutunan. Pag nakuntento ka, na ito ay nakamit, buklatin na ang pahina ng Aralin 12.

Ang Espesyal Na Plano Ng Diyos

PANIMULA:

Noong 1900 B.C. pumili ang Diyos ng tao na ang pangalan ay si Abram (na sa dakong huli pinangalanan muli ng Abraham) na magiging ama ng isang bansa na kung saan may plano Siyang espesyal na tadhana. Gumawa ng tipan ang Diyos kay Abraham na kung saan nangako Siya na sa pamamagitan ng kanyang binhi, lahat ng bansa ay pagpapalain. Kinumpirma rin ito ng Diyos sa anak ni Abraham na si Isaac at sa apo niyang si Jacob (na ang pangalan ay binago Niya sa Israel).

Pagkatapos ng apat na daan at labingtatlong taon sa Pamamagitan ni Moises, nakipagtipang muli ang Diyos sa mga kalahian ni Jacob. Ang bansa ng Israel, na kung saan ibinigay Niya ang kumpletong buod ng Kautusan at ang buong larawan ng kanilang tadhana. Sa dakong huli, nagpadala ang Diyos ng mga propeta na nagpahayag ng hula sa Israel kung paano ang kanilang tadhana ay mangyayari.

Gawaing Pagmemorya: Exodus 19:5-6

☐ Tsekan pag namemorya na ang bersikulo

(Balik-aralan araw-araw ang mga bersikulo sa mga naunang Aralin)

Mga Tanong Sa Aralin

A. ANG LAYUNIN NG DIYOS INIHAYAG KAY ABRAHAM

1. Ilang tao ang ang ipinangako ng Diyos kay Abraham na pagpapalain sa pamamagitan niya? (Gen. 12:3) _____

_____

2. Sa anong batayan tinanggap ng Diyos si Abraham na makatuwiran*? (Gen. 15:6) _____

_____

3. Sa ilang karaming tao ang ipinangako ng Diyos kay Abraham na siya ay magiging ama? (Gen. 17:4-5) _____

_____

4. Sa kanino ang Diyos gumawa ng walang hanggang tipan? (Gen. 17:7)

_____

5. Anong pangako ang ibingay ng Diyos kay Abraham sa tipan na ito? (Gen. 17:7) _____

_____

6. Sinong dalawa sa mga kalahian ni Abraham ang isinama sa dakong huli sa tipan na ito sa pamamagitan ng pagpangalan sa kanila? (Exo. 6:3-4) (Lev. 26:42) _____

_____

7. Anong bagong pangalan ang ibinigay ng Diyos kay Jacob? (Gen. 35:10) _____

8. Anong dalawang halimbawa ang ginamit ng Diyos para ipakita kay Abraham kung gaano karami ang magiging mga kalahian niya? (Gen. 22:17)

(1) _____   (2) _____

9. Gaano karaming tao ang ipinangako ng Diyos kay Abraham ang pagpapalain dahil sa kanyang binhi? (Gen. 22:18) _____

_____

10. Bakit ipinangako ito ng Diyos kay Abraham? (Gen. 22:18)

_____

11. Ano ang hiniling ng Diyos na gawin ni Abraham at ng kanyang mga anak at buong kabahayan para matanggap ang ipinangako ng Diyos sa kanya? (Gen. 18:19) _____

_____

B. ANG LAYUNIN NG DIYOS INIHAYAG KAY MOISES

12. Ano ang unang dalawang kahilingan ng Diyos na hiniling sa Israel ng makarating sila sa bundok ng Sinai? (Exo. 19:5)

(1) _____

(2) _____

13. Kung magagawa ng Israel ang mga kahilingang ito, magiging anong tatlong bagay sila, na ipinangako ng Diyos? (Exo. 19:5-6)

(1) _____

(2) _____

(3) _____

14. Ano pa ang ipinangako ng Diyos sa Israel sa parehong tipan?

(Deut. 28:1) _____

_____

15. Magbigay ng dalawang paraan na makakaapekto sa ugali ng ibang tao tungo sa Israel? (Deut. 28:10)

(1) _____

(2) _____

16. Ano ang magiging resulta sa pagsunod ng Israel sa tipan ng Diyos?

(Deut. 29:9) _____

_____

C. ANG LAYUNIN NG DIYOS INIHAYAG SA MGA AWIT AT SA MGA PROPETA

17. Anong dalawang paraan kung saan ang biyaya at pagpapala ng Diyos sa Israel ay makakaapekto sa kabuohan ng mundo? (Awit 67:1-2)

(1) _____

(2) _____

18. Ipinangako ng Diyos na ibibigay ang Kanyang Espiritu sa kanyang piniling lingkod. Ano ang gagawin nitong lingkod para sa mga Hentil*? (Isa. 42:1)

_____

_____

19. Magbigay ng dalawang bagay na kung saan itinakda ng Diyos ang lingkod na ito para sa Israel at para sa nga Hentil.* (Isa. 42:6)

(1) _____

(2) _____

20. Anong dalawang bagay bakit pinili ng Diyos ang Israel para sa kanyang sarili? (Isa. 43:10)

(1) _____   (2) _____

21. Pangalanan ang tatlong paraan kung saan nais ng Diyos tumugon ang Israel sa pagbubunyag Niya ng Kanyang sarili. (Isa. 43:10b)

(1) _____   (2) _____

(3) _____

Ang mga propeta ay nagbigay ng larawan sa darating na panahon na kung saan ang layunin ng Diyos para sa Israel ay matutupad. Ang mga sumusunod na mga tanong ang tumutukoy sa panahon ito.

22. Sa para anong layunin ang maraming tao ay aakyat sa bundok ng Panginoon? (Isa. 2:2-3)

(1) _____

(2) _____

23. Anong dalawang bagay ang hahayo mula sa Zion at Jerusalem? (Isa. 2:3)

(1) _____   (2) _____

24. Sa panahong na ang mga tao ng mundo ay nasa malalim na kadiliman, ano ang gagawin ng Panginoon para sa Zion? (Isa. 60:2)

_____

25. Paano ang mga ibang bansa at ang kanilang mga tagapamahala tutugon? (Isa. 60:3) _____

_____

26. Sa panahon na ang lupain ng Israel ay maibalik at maitayo, anong dalawang titulo ang ibibigay sa mga Hudeo? (Isa. 61:4-6)

(1) _____ (2) _____

27. Para sa anong dalawang layunin ang maraming tao at mga magigiting na bansa aakyat sa Jerusalem? (Zec. 8:22)

(1) _____ (2) _____

28. Ano ang sasabihin ng mga tao sa ibang bansa tungkol sa isang Hudeo? (Zec. 8:23) _____

_____

Gawaing Pagmemorya: Exodus 19:5-6

Isulat ang bersikulong ito galing sa memorya.

_____

_____

_____

_____

_____

_____

_____

HUWAG BUBUKLATIN ANG PAHINANG ITO HANGGA'T HINDI
NAKOKUMPLETO ANG LAHAT NG MGA SAGOT SA ARALING ITO

Tanong	Sagot	Puntos
1	Lahat ng mga pamilya sa daigdig	1
2	Si Abraham ay naniwala (o nanampalataya sa) Diyos	1
3	Maraming bansa	1
4	Kasama si Abraham at ang kanyang mga kalahian	1
5	Maging Diyos sa kanya at sa kanyang mga kalahian	1
6	Si Isaac at si Jacob	1
7	Israel	1
8	(1) Ang mga bituin sa langit	1
	(2) Ang mga buhangin sa baybayin	1
9	Lahat na bansa sa daigdig	1
10	Dahil sinunod ni Abraham ang boses ng Diyos	1
11	Para utusan sila na sundin ang paraan ng Panginoon sa pamamagitan ng paggawa ng katuwiran* at katarungan	2
12	(1) Na sundin ang boses ng Diyos	1
	(2) Na sundin ang tipan ng Diyos	1
13	(1) Isang espesyal na kayamanan sa Diyos na angat sa lahat ng tao	1
	(2) Isang kaharian ng mga saserdote	1
	(3) Isang banal na bansa	1
14	Para ilagay sila sa pinakamataas na posisyon angat sa lahat na bansa sa buong daigdig	1
15	(1) Makikita nila na tatawagin sila sa pangalan ng Panginoon	1
	(2) Matatakot sila sa Israel	1
16	Uunlad sila sa lahat na gagawin nila	1
17	(1) Ang mga paraan ng Diyos ay malalaman sa buong daigdig	1
	(2) Ang kaligtasan* ng Panginoon ay malalaman sa lahat ng mga bansa	1
18	Dadalhin Niya ang katarungan sa mga Hentil*	1

Tanong	Sagot	Puntos
19	(1) Isang tipan para sa bayan (Israel)	1
	(2) Isang liwanag para sa mga Hentil*	1
20	(1) Ang Kanyang mga saksi	1
	(2) Ang Kanyang mga lingkod	1
21	(1) Para malaman	1
	(2) Para maniwala	1
	(3) Para maunawaan	1
22	(1) Para maturuan sila ng Kanyang mga pamamaraan	1
	(2) Para sila lumakad sa Kanyang daanan	1
23	(1) Ang Kautusan	1
	(2) Ang salita ng Panginoon	1
24	Babangon Siya at sisikat sa inyo, at ang kaniyang kaluwalhatian ay makikita sa inyo.	2
25	Ang mga Hentil* ay tutungo sa kanyang liwanag at ang mga hari sa sinag ng kanyang pagtaas.	2
26	(1) Ang mga saserdote ng Panginoon	1
	(2) Ang mga lingkod ng ating Diyos	1
27	(1) Para hanapin ang Panginoon ng mga katipunan	1
	(2) Para manalangin sa harapan ng Panginoon	1
28	Sasama kami sa iyo, dahil narinig namin na ang Diyos ay nasa sa iyo	2

Tingnan ang iyong pang memoryang kard para sa nakasulat na gawaing pagmemorya.

Kung ang Gawain pagmemorya ay perfecto, 4 na puntos bawat bersikulo.   8

(1 puntos ang ibawas sa bawat mali sa bersikulo. Kung mas marami sa
3 mali, huwag markahan ng puntos ang bersikulong iyon.)

_____

TOTAL   54

27 na tamang sagot = 50 %

38 na tamang sagot = 70 %

43 na tamang sagot = 80 %

(Ang numero sa pahinang ito ay tinutukoy ang mga numero sa pahina ng mga Tamang Sagot.)

1. Sa simula, ang layunin ng Diyos ay kasama ang lahat na bansa sa daigdig.

2. Ang batayan ng pakikitungo ni Abraham sa Diyos ay ang kanyang pananampalataya*.

3. Ang ibig sabihin ng Abram ay "tinataas na ama"; ang Abraham naman ay "Ama ng marami" Sa simula pa, ang plano ng Diyos ay higit pa at lagpas sa mga kalahian ni Abraham, at ito ay ang isama ang lahat ng tao na galing sa bawat bansa.

4-5. Ang tipan ay isang napakataimtim na pag-ako na maaring gawin ng Diyos. Bawat permanenting pakikitungo sa Diyos ay dapat nakabatay sa isang tipan. (Tingnan sa Awit 50:5).

6-7. Ang tipan ng Diyos ay unang pinagtibay kay Isaac (hindi kay Ismael); pagkatapos kay Jacob (pinangalan muli ng Israel); pagkatapos sa bansa ng kalahian na mula kay Jacob na pinangalan Israel.

8–9. Binigyan diin ng Diyos na ang bilang ng mga tao na pagpapalain sa pamamagitan ni Abraham ay mahigit pa sa maaari niyang maisip o mabilang.

10. Ang Pananampalataya* ni Abraham ay nakita sa kanyang pagsunod -- kahit ang kahulugan nito ay pagsakripisyo ng kanyang anak.

11. Ang pamamaraan ng pagturo at pagdisiplina ni Abraham sa kanyang sambahayan, ay naging pamatayan ng Diyos para sa lahat na mga ama. Ito ang dahilan kung bakit pinili siya ng Diyos.

12. Ang susi sa lahat ng pagpapala ng Diyos ay ang pagsunod sa Kanyang boses. (Ikumpara ang Exodus 15:26 sa Deutoronomeo 28:1_2.)

13. Itong tatlong pangako ay siyang bumubuo ng lahat ng layunin ng Diyos para sa Israel.

14-15. Ang layunin ng Diyos para sa Israel ay ang maging pinuno at maging batayan para ng ibang bansa.

16. Tingnan ang puna sa tanong 12.

17. Ang layunin ng Diyos sa pagpapalang ibibigay niya sa Israel ay dapat dumaloy mula sa kanila patungo sa lahat na ibang bansa.

18-19. Sa kahuli-hulihan, ang layunin ng Diyos para sa Israel ay matutupad sa pamamagitan ng piniling Lingkod na inilalarawan dito.

20. Tingnan ang mga puna sa tanong 14 – 15 at 18 – 19.

21. Ang tatlong beses na pagtugon ay kailangan gawin ng Israel para sa layunin ng Diyos.

22–23. Ang layunin ng Diyos para sa Jerusalem ay maging isang sentro ng espiritwal na katuruan para sa lahat na bansa.

24–25. Ang panahong ito ay magtatapos sa panahon ng pandaigdigang pagdurusa at kadiliman, at sa gitna nito ay ibubunyag ng Diyos ang kanyang kaluwalhatian, una muna sa Zion, at pagkatapos, sa pamamagitan ng Zion patungo ito sa mga bansa at sa mga pinuno nito.

26. Ang pagbabalik muli sa dati ng Israel na binanggit sa Exodus 19:6, ay siyang magtutupad ng orihinal na layunin ng Diyos para dito.

27–28. Tingnan ang mga puna sa tanong 22 – 23.

Kabiguan At Pagtubos

PANIMULA:

Sa pamamagitan ni Moises ang Diyos ay gumawa ng tipan sa Israel na may dalawang magkaibang panig. Kung ang Israel ay magiging tapat sa tipan, pagpapalain sila ng mas higit kaysa lahat ng mga bansa. Ngunit kung sila ay hindi magiging tapat, ibibigay sa kanila ng Diyos ang magkakasunod na mga hatol* na palala ng palala. Sa mga nakaraang kasaysayan, napatunayan na ang Israel ay hindi naging tapat at ang lahat ng hatol na sinabi ng Diyos na mangyayari ay dumating sa kanila.

Subalit, nangako ang Diyos na sa darating na mga huling araw, isang tagapagtubos ang darating sa Zion at ang Israel ay makakatanggap ng pagpapatawad at paglilinis para sa lahat ng kanilang kasalanan at muling magiging isang banal na bansa.

Gawaing Pagmemorya: Isaias 43:25

☐ Tsekan pag namemorya na ang bersikulo.

(Balik-aralan araw-araw ang mga bersikulo sa mga naunang Aralin)

Mga Tanong Sa Aralin

A. ANG PAGKABIGO NG ISRAEL

1. Anong babala ang sinabi ni Moises na gagawin ng Israel pagkatapos ng kanyang kamatayan? (Deut. 31:29) _____

   _____

   _____

2. Bakit sakuna ang darating sa Israel sa mga huling araw? (Deut. 31:29)

   _____

   _____

3. Tatlong beses nagbabala ang Diyos laban sa Israel tungkol sa mga paraan ng pakikitungo nila sa Kanya. Ano itong mga paraan?

   (Lev. 26:21, 23, 27) _____

   _____

4. Kung tatanggihan ng Israel ang mga babala ng Diyos, mga masasamang kahihinatnan ang sunod-sunod na darating sa kanila. Sabihin ang mga inilarawan sa mga sumusunod na mga bersilkulo sa Lev. 26.

   (1) b. 25

   (a) _____   (b) _____

   (c) _____

   (2) b. 29 _____

   (3) b. 31

   (a) _____ (b) _____

   (c) _____

   (4) b. 32

   (a) _____   (b) _____

   (5) b. 33

   (a) _____   (b) _____

5. Sa lahat na mga kaguluhan nakalista sa mga sagot sa tanong 1 hanggang 4 sa itaas, ilan ang nangyari na sa bayan ng mga Hudeo?

   _____

6. Nangumpisal* si Daniel ng iba't-ibang mga kasalanan na ginawa ng kanyang bayan. Ano ang mga binanggit niya sa Daniel 9:5?

(1) _____ (2) _____

(3) _____ (4) _____

(5) _____

7. Sa anong paraan sinuway ng Israel ang boses ng Panginoon?

(Dan. 9:10) _____

_____

8. Kung buhay ngayon si Daniel, ilang kaparehong mga kasalanan ang kailangang ikumpisal* niya alang-alang sa bayan ng mga Hudeo?

_____

_____

B. ANG KALIGTASAN* SA DIYOS

9. Binalaan ng Diyos ang Israel na palalayasin sila sa kanilang lupain ngunit nangako Siya na meron dalawang bagay na hindi niya gagawin sa kanila. Ano ang mga iyon? (Lev. 26:44)

(1) _____

(2) _____

10. Ano ang kailangan maalala ng Diyos para maging dahilan upang ipakita ang Kanyang awa sa Israel? (Lev. 26:45)_____

_____

11. Ano ang ipinanalangin ni David na lumabas sa Zion? (Awit 14:7)

_____

12. Sa araw na ang galit ng Diyos ay mapawi, ano ang sasabihin ng Israel tungkol sa kaligtasan* sa Diyos? (Isa. 12:2) _____

_____

13. Sa anong dalawang anyo nagbubunyag ang Diyos ng kanyang satili sa Israel? (Isa. 43:5)

(1) _____ (2) _____

14. May iba pa bang Tagapagligtas? (Isa. 45:11) _____

_____

15. Ano ang ipinangako ng Diyos tungkol sa mga paglabag ng Israel?
(Isa. 43:25) _____

_____

16. Ano ang ipinangako ng Diyos tungkol sa mga kasalanan ng Israel?
(Isa. 43:25) _____

17. Para kanino sa Zion ipinangako ng Diyos na may Tagapagtubos?
(Isa.59:20) _____

18. Ano ang darating sa Zion? (Isa. 62:11)

_____

19. Ano ang mga kasama niya? (Isa. 62:11)

_____

20. Ano ang nasa unahan niya? (Isa. 62:11)

_____

21. Sa araw na ibalik ng Diyos sa dating kalagayan ang Israel, sa anong dalawang paraan makikitungo Siya sa kanilang mga kasalanan?
(Jer. 33:7-8)

(1) _____ (2) _____

22. Sa araw na ibalik ng Diyos ang Israel sa sarili nilang lupain, Paano Niya ibubunyag ang Kanyang sarili sa pamamagitan nila sa mga bansa? Eze. 39:27) _____

Gawaing Pagmemorya: Isaias 43:25

Isulat ang bersikulong ito galing sa memorya.

_____

_____

_____

_____

_____

HUWAG BUBUKLATIN ANG PAHINANG ITO HANGGA'T HINDI
NAKOKUMPLETO ANG LAHAT NG MGA SAGOT SA ARALING ITO

Tanong	Sagot	Puntos
1	Sukdulang naging tiwali at tumalikod sila sa pamumuhay na iniutos ni Moises sa kanila	2
2	Dahil gumawa sila ng kasamaan sa paningin ng Panginoon at hinahamon nila Siya na magalit sa gawain ng kanilang mga kamay	2
3	Lumakad ng laban sa Diyos	1
4	(1) (a) Isang espada (digmaan) laban sa kanila	1
	(b) Tamaan ng salot	1
	(c) Ilagay sa kamay ng kaaway	1
	(2) Kakainin nila ang sarili nilang mga anak habang nagkaka digmaan	1
.	(3) (a) Mga sirang siyudad na nakatiwangwang	1
	(b) Mga winasak na sangtuwaryo	1
	(c) Wala ng mga handog sa Panginoon	1
	(4) (a) Lupain iniwan na walang tanim	1
	(b) Mga kaaway na nanirahan sa lupain ng Israel at nanggilalas dito	1
	(5) (a) Ikinalat sa mga bansa	1
	(b) Hinahabol ng espada	1
5	Lahat	1
6	(1) Kami ay nagkasala	1
	(2) Kami ay lumabag	1
	(3) Kami ay gumawa ng mga kasuklam-suklam na gawain	1
	(4) Kami ay nagrebelde	1
	(5) Kami ay lumisan sa mga alintuntunin at mga katarungan* ng Diyos	1
7	Hindi sila lumakad sa Kanyang mga batas, na ibinigay Niya sa kanila sa pamamagitan ng Kanyang mga propeta	2
8	Lahat	1
9	(1) Hindi sila tuluyan itatakwil	1
	(2) Hindi sila kasusuklaman o wawasakin at kakalimutan ang Kanyang tipan sa kanila	2

Tanong	Sagot	Puntos
10	Ang tipan sa kanilang mga ninuno na Kaniyang dinala palabas sa lupain ng Egipto	2
11	Ang Kaligtasan* ng Israel	1
12	Ang Diyos ay/ang naging aking Kaligtasan*	1
13	(1) Ang kanilang Piniling Banal	1
	(2) Ang kanilang Tagapagligtas	1
14	Hindi	1
15	Buburahin Niya sila	1
16	Hindi Niya maa ala-ala sila	1
17	Silang mga tumalikod sa paglabag* na nasa kay Jacob	1
18	Kaligtasan*	1
19	Kanyang gantimpala	1
20	Kanyang gawain (kabayaran)	1
21	(1) Kanyang lilinisin sila	1
	(2) Kanyang patatawarin sila	1
22	Magiging banal* Siya sa kanila	1

Tingnan ang iyong pang memoryang kard para sa nakasulat na gawaing pagmemorya.

Kung ang Gawain pagmemorya ay perfecto, 4 na puntos bawat bersikulo.   4

(1 puntos ang ibawas sa bawat mali sa bersikulo. Kung mas marami sa

3 mali, huwag markahan ng puntos ang bersikulong iyon.)

_____

TOTAL   48

24 na tamang sagot = 50 %

34 na tamang sagot = 70 %

38 na tamang sagot = 80 %

(Ang numero sa pahinang ito ay tinutukoy ang mga numero sa pahina ng mga Tamang Sagot.)

1–2. Bago pa ibinigay ng Diyos ang tipan sa Israel, Alam na Niya na lalabagin nila ito. Naghanda din Siya ng paraan na kung saan makakatanggap sila ng kapatawaran at makabalik muli sa dati nilang kalagayan.

3. Ang ugat ng mga maling gawa ng Israel ay ang maling saloobin: Lumalakad laban sa Diyos. Sa isa pang salin sinabi, "(Kumi)kilos ng laban sa (Diyos)" (Lev. 26:24 NASB).

4-5. Ang eksaktong paraan kung saan dumating itong masamang kinahinatnan ng Israel ay bahagyang nakatala sa Bibliya at sa mga sinulat ni Josephus. Nagpatuloy pa rin ito sa mga sumunod pang mga kasaysayan.

6-8. Ang mga kasalanang ikinumpisal* ni Daniel ay maaaring mabuo sa isang salita: rebelyon.

9. Nagbabala ang Diyos na paparusahan Niya ang Israel sa lahat ng kanilang maling gawain, subalit nangako din Siya na hindi Niya kailanman itatakwil sila ng tuluyan bilang Kanyang bayan. (Ikumpara sa Jeremias 33:23-26).

10. Kahit na ang bayan ng Diyos ay hindi naging matapat, ang Diyos ay nanatiling tapat sa Kanyang tipan. (Ikumpara sa Awit 89:34.)

11-14. Ang panlunas ng Diyos para sa pagkabigo ng Israel ay maaaring mabuo sa isang salita: kaligtasan*. Tanging ang Diyos lamang ang maaaring maging Tagapagligtas na hindi madudungisan ang Kanyang kabanalan.

15-16. Ang kaligtasan* sa Diyos ay napakakumpleto dahil binubura Niya ng tuluyan ang ating mga kasalanan at hindi na Niya ito inaalala pa.

17. Ang Diyos sa kanyang pagka maawain, ay nag alok ng Tagapagtubos sa Israel, ngunit kailangan tumugon ang Israel sa pamamagitan ng pagtalikod sa kanilang mga paglabag*.

18-20. Itong Tagapagtubos ay magdadala ng tatlong bagay na dala Niya: Kaligtasan*, isang gantimpala, at isang kabayaran*.

21. Ang Kaligtasan* ay parehong kasama ang paglilinis at kapatawaran.

22. Sa simula pa lang, dati ng layunin ng Diyos na gawin ang Israel na isang pagpapala sa mga ibang bansa at ibunyag Niya ang Kanyang kabanalan sa pmamagitan ng Israel.

Larawan ni Hesus Kristo (Unang Bahagi)

PANIMULA:

Sa simula pa lang nakita na ng Diyos na ang Israel ay liliko sa kasalanan at hindi matutupad ang Kanyang layunin para sa kanila. Sa Kanyang awa, ipinangako Niya sa kanila na magpapadala Siya ng Tagapagtubos mula sa binhi ni David. Kagaya ni David, itong Tagapagtubos ay babasbasan ng Diyos ng Banal na Espiritu at sa dahilang ito makikilalang bilang "Mesias" (Tanging Binasbasan). Sa Bagong Tipan, ang Kristo ay eksaktong kapareho ang kahulugan sa salitang Mesias. Ang pagdating ng Mesias ay isang pangunahing tema sa Lumang Tipan. (Sa Hebreo, ang Lumang Tipan ay tinawag na, ang Tanach). Ang mga Propeta ay eksaktong inilarawan kung paano Siya darating at kung ano ang Kanyang gagawin.

Sa unang daangtaon, ang mga manunulat na Hudeo na naniniwala sa mga pangakong ito, ay naglarawan ng isang tao na tumupad nito at kinilala nilang bilang Mesias. Ang mga sinulat nila ay naipon sa Bagong Tipan. Ang mga tanong sa araling ito ay may bahaging nakaturo sa Lumang Tipan at may bahagi rin sa Bagong Tipan.

Gawaing Pagmemorya: Malakias 3:1

☐ Tsekan pag namemorya na ang bersikulo.

(Balik-aralan araw-araw ang mga bersikulo sa mga naunang Aralin)

Mga Tanong Sa Aralin

A. ANG GENEHOLIYA NG MESIAS

1. Kanino nangako ang Diyos para sa isang espesyal na binhi?
   (Gen. 22:15-18) _____

2. Ano ang ipinangako ng Diyos sa lahat na bansa sa pamamagitan nitong binhi? (Gen. 22:18) _____
   _____

3. Si Hesus ba ay nagmula sa angkan ng ninunong ito? (Mt. 1:1)
   _____

4. Ano ngayon ang inaalok sa pamamagitan ni Hesus sa mga Hentil?
   (Gal. 3:13-14) _____
   _____

5. Kanino sa dalawang lalaking anak ni Abraham ang ipinangakong binhi magmumula? (Gen. 17:19, 21) _____
   _____

6. Si Hesus ba ay nagmula sa angkan ni Isaac? (Mt. 1:2) _____
   _____

7. Kanino sa mga anak ni Isaac ipinasa niya ang pangako kay Abraham ng pagpapala? (Gen. 28:1-4) _____
   _____

8. Ang pagpapala bang ito ay matatamasa din ng angkan ng anak na ito?
   (Gen. 28:4) _____
   _____

9. Si Hesus ba ay nagmula sa angkan ni Jacob? (Lukas 3:34) _____
   _____

10. Sa anong tribu ng Israel ang Tagapamahala (Mesias) darating?
    (Gen.49:10) _____

11. Sa anong tribu nagmula si Hesus? (Lukas 3:33) _____
    _____

12. Sinong hari ng Israel magmumula ang angkan ng Mesias?
(Awit 89:35-36) (Isa. 9:6-7) _____

_____

13. Si Hesus ba nagmula sa angkan ng haring ito? (Mt. 1:5-16)

_____

B. KAPANGANAKAN NG MESIAS

14. Saan ipapanganak ang Mesias? (Mikas 5:2) _____

_____

15. Saan ipinanganak si Hesus? (Mt. 2:1) (Lukas 2:4-7) _____

_____

16. Ano ang katangiang dapat naiiba tungkol sa kapanganakan ng Mesias?
(Isa. 7:14) _____

_____

17. Ano ang katangiang naiiba tungkol sa kapanganakan ni Hesus?
(Mt. 1:18, 22-23) (Lukas 1:26-35) _____

_____

18. Si Daniel ba ay nagbigay ng paraan para matantiya kung kailan ang
Mesias darating? (Dan. 9:25-26) _____

_____

19. Gaano katagal pagkatapos ng kautusan ng muling pagtatayo ng
Jerusalem darating ang Mesias? (Dan. 9:25) _____

_____

20. Dumating ba si Hesus sa oras na hinula ni Daniel?

_____

C. GAWAIN NG MESIAS

21. May mensahero bang mau-una sa Mesias? (Mal. 3:11)

_____

22. Ano ang dapat gawain ng mensaherong ito? (Mal. 3:1)

_____

23. Sinong mensahero ang nauna kay Kristo? (Mt. 3:1-3; 11:7-10)

_____

24. Ano ang gawain ng mensacherong ito? (Mt. 3:1-3; 11:7-10)

_____

25. Para sa ano ang Panginoon darating bilang isang mensahero?
    (Mal. 3:1) _____

26. Nangako ba ang Diyos ng bagong tipan sa Israel? (Jer. 31:31-34)

_____

27. Ang tipan bang ito ay magbibigay ng kumpletong kapatawaran sa mga
    kasalanan? (Jer. 31:34) _____

_____

28. Si Hesus ba ay dumating para mamagitan sa tipan na ito?
    (Heb.9:13-15) _____

_____

29. Ano ang nakita ni Juan Bautista na bumaba kay Hesus sa hugis ng isang
    kalapati? (Juan 1:29-31) _____

_____

30. Si Isaias ay naglarawan ng isang taong binasbasan ng Banal na Espiritu.
    Magbanggit ng apat na bagay na maari niyang gawin dahil sa pagbasbas
    na ito? (Isa. 61:1)
    (1) _____
    (2)_____
    (3) _____
    (4) _____

31. Pagkatapos basahin ang mga salitang ito sa senagoga, ano ang sinabi ni
    Hesus tungkol sa kanyang sarili? (Lukas 4:16-21) _____

_____

32. Ano ang ipinangbasbas ng Diyos kay Hesus ng Nazareth?
    (Gawa 10:38) _____

_____

33. Nang dahil sa pagbasbas na ito, magbanggit ng dalawang bagay na maaaring gawin ni Hesus. (Gawa 10:38)

(1) _____

(2) _____

34. Nagbigay hula si Isaias na ang Diyos ay darating para iligtas ang Israel at magdadala Siya ng panglunas sa apat na uri ng sakit. Ilista itong apat na uri. (Isa. 35:4-6)

(1) _____ (2) _____

(3) _____ (4) _____

35. Ilista ang apat na uri ng sakit na pagagalingin ni Hesus.

(Marcos 8:22-25; 7:32-37) (Juan 5:5-6) (Mt. 9:32-35)

(1) _____ (2) _____

(3) _____ (4) _____

36. Sa anong hayop sasakay ang Mesias papasok ng Jerusalem?

(Zec. 9:9) _____

_____

37. Sa anong hayop isinakay ng mga disipulo si Hesus ng matagumpay siyang pumasok sa Jerusalem? (Mt. 21:6-11) (Marcos 11:1-11)

_____

_____

Gawaing Pagmemorya: Malakias 3:1

Isulat ang bersikulong ito galing sa memorya.

_____

_____

_____

_____

_____

_____

HUWAG BUBUKLATIN ANG PAHINANG ITO HANGGA'T HINDI
NAKOKUMPLETO ANG LAHAT NG MGA SAGOT SA ARALING ITO

MGA TAMANG SAGOT AT MARKA – ARALIN IKA-LABING APAT

Tanong	Sagot	Puntos
1	Kay Abraham	1
2	Pagpapala	1
3	Oo	1
4	Ang pagapapala kay Abraham	1
5	Isaac	1
6	Oo	1
7	Jacob	1
8	Oo	1
9	Oo	1
10	Juda	1
11	Juda	1
12	David	1
13	Oo	1
14	Sa bethlehem ng Juda	1
15	Sa bethlehem ng Juda	1
16	Siya ay dapat ipanganak ng isang berhin	1
17	Ipinanganak siya ng isang berhin	1
18	Oo	1
19	69 linggo (o ang total na 483 taon ng mga Hudeo)	1
20	Oo	1
21	Oo	1
22	Para ihanda ang pagdating ng Mesias	1
23	Juan Bautista	1
24	Para ihanda ang pagdating ni Hesus	1
25	Ang Tipan	1
26	Oo	1
27	Oo	1
28	Oo	1
29	Ang Banal na Espiritu	
30	(1) Para magpahayag ng magandang balita sa mga mahihirap	1
	(2) Para paggalingin ang mga nabigong puso	1
	(3) Para ipamalita ang kalayaan sa mga bilanggo	1
	(4) Para buksan ang piitan ng mga nakakulong	1

Tanong	Sagot	Puntos
31	Ngayon araw ang Kasulatang ito ay natupad sa inyong pandinig	1
32	Kasama ang Banal na Espiritu at kapangyarihan	1
33	(1) Maglibot at gumawa ng kabutihan	1
	(2) Magpagaling sa lahat ng mga inaapi* ng Diablo	1
34	(1) Pagkabulag	1
	(2) Pagkabingi	1
	(3) Pagkapilay	1
	(4) Pagkapipi (di-makapagsalita)	1
35	(1) Pagkabulag	1
	(2) Pagkabingi	1
	(3) Pagkapilay	1
	(4) Pagkapipi (di-makapagsalita)	1
36	Sakay ng asno, na batang kabayo, na anak ng asno	1
37	Sakay ng asno, na batang kabayo, na anak ng asno	1

Tingnan ang iyong pang memoryang kard para sa nakasulat na gawaing pagmemorya.

Kung ang Gawain pagmemorya ay perfecto, 4 na puntos bawat bersikulo.   4

(1 puntos ang ibawas sa bawat mali sa bersikulo. Kung mas marami sa

3 mali, huwag markahan ng puntos ang bersikulong iyon.)

_____

TOTAL   51

26 na tamang sagot = 50 %

36 na tamang sagot = 70 %

41 na tamang sagot = 80 %

(Ang numero sa pahinang ito ay tinutukoy ang mga numero sa pahina ng mga Tamang Sagot.)

1–6. Nangako ang Diyos kay Abraham na sa pamamagitan ng angkan ni Isaac na darating, ibibigay Niya ang pagpapalang darating sa lahat na bansa. Si Hesus, ang Mesias, ay ang binhi, na galing sa angkan ni Abraham sa pamamagitan ni Isaac, na kung saan ang pangakong pagpapala sa lahat ng mga bansa ay natupad. (Tingnan sa Galacia 3:16)

7-9. Ang ipinangakong binhi na kung saan ang pagpapala ay darating ay naipasa pababa sa pamamagitan ni Jacob. Kaya, ang Mesias ay darating sa bayan na lahi ng mga Hudeo.

10-13. Itinatag ng Diyos na ang maghahari sa Israel ay magmumula sa tribu ng Juda. Ito ay unang natupad kay David at pagkatapos ay kay Hesus, na nagmula sa angkan ni David.

1-13. Walang nangahas maghamon sa geneolohiya o sa pagkilala na nagmula sa angkan ni David si Hesus habang nasa mundo pa siya. Lahat na katalaan ng genolohiya ng Israel ay kasamang nasira sa pagkawasak ng pangalawang templo noong 70 AD. Samakatuwid, imposible na sa sino man na ipinanganak pagkatapos ng petsang iyon, na mapatunayan ang Kanyang pag-angkin na Siya ang Mesias. Sa geneolohiya ni Lukas para kay Hesus, sinabi lang niya na si Hesus ay dapat anak ni Jose. (Tingnan sa Lukas 3:23).

14-15. Sa panahon ng ipanganak si Hesus, Ang mga reliheyosong mga pinuno na mga Hudeo, ay umaasang ang Mesias ay ipapanganak sa bayan ng Bethlehem sa Juda. (Tingnana sa Mateo 2:1-6).

16-17. Punahin ang mga sumusunod na dahilan sa pagsalin ng salitang *almah* sa pangungusap na ito sa "birhen" (Isa. 7:14). (1) Ang mga Hudeong manunulat ng Septuaginto ay isinalin ito na *parthenos*. ang batayan ng salitang Griego para sa birhen; (2) Walang propesiya sa Tanach na nagtutukoy sa taong ama ng Mesias, sa nanay lang. (Isa. 49:1, 5; Awit 22:9); (3) Ang Almah ay naglalarawan ng isang batang dalaga, wala pang asawa., na esaktong akma kay Maria; (4) Sa Tanach, ang almah ay ginagamit lang pag tumutkoy sa isang birhen (Tingnan sa Genesis 24:49; Exodus 2:8; (5) Ang alternatibo, ang Hebreo salita ay berulah sa Joel 1:8 na nagtutukoy sa isang babae na may asawa.. At saka pa, kung minsan ang berulah ay ginagamit para isalarawan ang isang bansa. (Tingnan sa Isaias 23:12; 47:1; Jeremias 18:13; 31:4, 21).

18-20 Ayon sa Daniel 9:25-26, ang Mesias ay paparito at pagkatapos, ay puputulin pagkatapos ng 69 na linggo (literal na "mga pito") na mga taon. Dahil ang kalendaryo ng mga Hudeo ay katumbas ng 360 araw, ang aktuwal na bilang sa Kanlurang kalendaryo ay dapat mga 477 na taon. Ang deklarasyon na muling ibalik sa dating kalagayan ang Israel habang naghahari si Artaxerxes, na hari ng Persia ay maaring naideklara noong 445 BC. Ito ay magbibigay ng petsang nasa 32 AD para sa pagdating ng Mesias, ang Prinsipe. Ginawa ni Hesus ang matagumpay na pagpasok sa Jerusalem sa ganitong panahon at pagkatapos ng maikling panahon siya ay "pinutol." "Ang bayan ng prinsipe na darating" ay ang mga Romanong sundalo na nasa pamumuno ni Titus na winasak ang Jerusalem noong 70 AD.

25-28. Ang Bagong Tipan na ipinangako sa Jeremias 31:31-34 ay may tatlong mahalagang katangian: (1) ang bagong likas na kalooban("Ilalagay ko ang Aking mga Kautusan sa kanilang mga isipan at isusulat sa kanilang mga puso."); (2) ang personal na relasyon sa Diyos ("lahat sila makikilala Ako."); (3) ang kapatawaran ng kanilang mga kasalanan (Patatawarin Ko sila ng kanilang mga paglabag at ang kanilang mga kasalanan ay kakalimutan Ko na"). Lahat ng mga katangian ito ay kasama sa Tipan na itinatag ni Hesus. Pati sa Ezekiel 16:59-60, ng kinasuhan ng Diyos ang Israel sa paglabag sa unang tipan, ngunit, nangako na papalitan ito ng walang katapusang tipan.

29-35. Ang pagbaba ng Banal na Espiritu kay Hesus ay nagpatunay na siya ang ipinangakong Mesias. Ito ang nagbigay sa Kanya ng kakayahang maging tagapagpalaya ng bayan ng Diyos sa mga kasalanan at mga karamdaman.

34-35. Ang mga himalang pagpapagaling ni Hesus ay siyang nagpapatunay ng kanyang katauhan na siya ang Mesias.

36-37. Kaugalian na ang isang hari ay sumakay sa isang asno. (Tingnan sa 1 Hari 1:33-34).

Larawan ni Hesus Kristo (Ikalawang Bahagi)

PANIMULA:

Ang apostol na si Pedro ay sumulat tungkol sa mga propeta ng Lumang Tipan na, sa pamamagitan ng Espiritu ni Kristo na nasa kanila, ay nagbigay hula sila tungkol sa mga paghihirap ni Kristo at ang kaluwalhatiang susunod (1 Pedro1:10-11). Kung minsan, itong mga propeta ay nagsasalita sa unang persona na parang bang sila mismo ang nakaranas ngunit hindi naman talaga nangyari sa kanila, ngunit sa huli nangyari sa buhay ni Hesus. Inilarawan nila ang mga paghihirap ng Kristo (Mesias) at pagkatapos ang walang hanggang kaluwalhatian na kung saan ito'y mapapasa Kanya. Ang mga inihayag na mga hulang ito ay madalas mabanggit sa mga Awit ni David at sa Isaias. Ang araling ito ay maraming halimbawa nito.

Gawaing Pagmemorya: Isaias 53:4-5

☐   Tsekan pag namemorya na ang bersikulo.

(Balik-aralan araw-araw ang mga bersikulo sa mga naunang Aralin)

Mga Tanong Sa Aralin

D. ANG PAGHIHIRAP NG MESIAS

38. Ang Mesias ba ay tatanggapin o tatanggihan ng kanyang sariling bayan? (Isa. 53:1-3) _____

39. Ang Israel ba bilang isang bansa, tinanggap ba o tinanggihan si Hesus? (Juan 1:11; 12:37-38) _____

40. Sa pamamagitan ng anong uri ng tao ipagkakanulo ang Mesias? (Awit 41:9) _____

41. Sino ang nagkanulo kay Hesus? (Marcos 14:10) _____

42. Ang tao bang ito ay kaibigan ni Hesus? (Mt. 26:47, 50) _____

43. Sa magkanong halaga ba ang Mesias ipinagkanulo? (Zec. 11:12) _____

44. Gaano karaming pera ang natanggap ng nagkanulo kay Hesus? (Mt. 25:15) _____

45. Ano ang gagawin sa perang ibinayad sa nagkanulo sa Mesias? (Zec. 11:15) _____

46. Ano ang ginawa sa perang ibinayad sa nagkanulo kay Hesus? (Mt. 27:3-7) _____

47. Ipinagtanggol ba ng Mesias ang sarili niya laban sa mga umu-usig sa kanya? (Isa. 53:7) _____

48. Paano si Hesus tumugon sa kanyang mga taga-usig? (Mt. 26:62-63; 27:12-14) _____

49. Ang Mesias ba ay papaluin at duduraan? (Isa. 50:6)

_____

50. Magpangalan ng dalawang paraan kung saan si Hesus ay naghirap sa mga kamay ng Kanyang mga tagapagpahirap*. (Marcos 14:65)

(Juan 19:1) _____

_____

51. Anong uri ng mga tao ang kasabay ni Hesus na papatayin?

(Isa. 53:12) _____

52. Sino ang dalawang lalaking isinama kay Hesus na ipinako sa krus?

(Mt. 27:38) _____

_____

53. Magpangalan ng dalawang bahagi sa katawan ng Mesias na tutusukin. (Awit 22:16) _____

_____

54. Si Hesus ba ay tinusok sa Kanyang mga kamay at mga paa?

(Lukas 24:39-40) (Juan 20:25-27) _____

55. Ano ang mangyayari sa mga kasuotan at damit ng Mesias?

(Awit 22:18) _____

_____

56. Ano ang ginawa ng mga Romanong sundalo sa mga kasuotan at tunika ni Hesus? (Juan 19:23-24) _____

_____

57. Ano ang ibibigay nilang inumin para sa Mesias? (Awit 69:21

_____

58. Ano ang ibinigay nila kay Hesus na inumin? (Juan 19:29)

_____

59. Ano ang hindi maaaring mangyari sa mga buto ng Mesias?

(Awit 34:19-20) _____

_____

60. Ang mga buto ba ni Hesus ay binasag? (Juan 19:33, 36)

_____

61. Ano ang ipanapasan ng Panginoon sa Mesias? (Isa. 53:6)

_____

62. Ano ang mangyayari sa Mesias bilang resulta? (Isa. 53:8)

_____

63. Ano ang pinasan ni Hesus sa krus? (1 Pedro 2:24)

_____

64. Ano ang nangyari kay Hesus bilang resulta? (1 Pedro 3:18)

_____

65. Sa libingan ng anong uri ng tao ililibing ang Mesias? (Isa. 53:9)

_____

66. Sa kaninong libingan inilibing si Hesus? (Mt. 27:57-60)

_____

67. Anong uri ng tao siya? (Mt. 27:57)

_____

E. NAPAGTAGUMPAYAN NG MESIAS ANG KAMATAYAN

68. Pagkatapos na maging alay para sa kasalanan ang kaluluwa ng Mesias, ano ang tatlong bagay na ipinangako para sa kanya?
    (Isa. 53:10)

    (1) _____   (2) _____

    (3) _____

69. Ang mga pangako bang ito ay maaaring matupad kung ang Mesias ay nanatiling patay? _____

    _____

70. Anong dalawang bagay ang ipinangako ng Diyos para sa Kanyang Banal na Isa? (Awit 16:10)

    (1) _____

    (2) _____

71. Ito bang dalawang bagay ay natupad sa karanasan ni David? (1 Hari 2:10) (Gawa 2:29) _____

_____

72. Kaninong karanasan ba ito ay natupad? (Gawa 2:30-32)

_____

73. Anong katungkulan na may kapangyarihan ang ipinangako ng Diyos sa Mesias? (Awit 110:1) _____

_____

74. Mangyayari ba ito habang nanatili Siya sa mundo?

_____

75. Saang katungkulan ng kapangyarihan itinaas ng Diyos si Hesus? (Gawa 2:33-36) _____

76. Hanggang kailan si Hesus dapat manatili sa langit? (Gawa 3: 19-24)

_____

77. Paano ang Mesias darating para itatag ang Kanyang kaharian? (Dan. 7:13) _____

79. Sa anong bundok tatapak ang paa ng Mesias? (Zec. 14:4)

_____

80. Saang bundok ba magbabalik si Hesus? (Gawa 1:9-12)

_____

Gawaing Pagmemorya: Isaias 53:4-5

Isulat ang bersikulong ito galing sa memorya.

_____

_____

_____

_____

_____

_____

HUWAG BUBUKLATIN ANG PAHINANG ITO HANGGA'T HINDI
NAKOKUMPLETO ANG LAHAT NG MGA SAGOT SA ARALING ITO

MGA TAMANG SAGOT AT MARKA –ARALIN IKA-LABING LIMA

Tanong	Sagot	Puntos
38	Siya ay tatanggihan	1
39	Tinanggihan nila Siya	1
40	Isang kilalang (o malapit) kaibigan	1
41	Hudas Iscariote	1
42	Oo	1
43	Tatlongpung pirasong pilak	1
44	Tatlongpung pirasong pilak	1
45	Itinapon ito sa manggagawa ng palayok sa bahay ng Panginoon	2
46	Itinapon ito sa templo para ipangbili sa lupa ng manggagawa ng palayok	2
47	Hindi	1
48	Nanatili siyang tahimik	1
49	Oo	1
50	Pinalo siya at dinuraan	2
51	Mga lumabag* sa Kautusan	1
52	Dalawang magnanakaw (mga lumabag*)	1
53	Ang Kanyang mga kamay at mga paa	1
54	Oo	1
55	Ito ay pinaghatihan, at pinagpustahan ang Kanyang tuniko	2
56	Pinaghatihan ang Kanyang mga kasuotan, at pinagpustahan ang Kanyang tuniko	2
57	Suka	1
58	Maasim na vino (o suka)	1
59	Hindi ito maaring basagin	1
60	Hindi	1
61	Ang mga kasalanan nating lahat	1
62	Puputulin Siya sa lupain ng mga buhay	2
63	Ating mga kasalanan	1
64	Siya ay pinatay	1
65	Isang mayaman tao	1
66	Si Jose ng Arimathea	1

Tanong	Sagot	Puntos
67	Isang mayaman tao	1
68	(1) Makikita Niya ang Kanyang binhi	1
	(2) Palalawigin Niya ang kanyang mga araw	1
	(3) Ang kagalakan ng Panginoon ay uunlad sa kanyang kamay	1
69	Hindi	1
70	(1) Hindi Niya iiwan ang kaluluwa Niya sa Sheol	1
	(2) Hindi Niya hahayaan na mabulok ang katawan Niya	1
71	Hindi	1
72	Ang karanasan ni Hesus	1
73	Para umupo sa kanang kamay ng Diyos	1
74	Hindi	1
75	Kanang kamay ng Diyos	1
76	Ang panahon ng pagbabalik sa dating kalagayan ng lahat na bagay	1
77	Parating sa pamamagitan ng alapaap sa Langit	1
78	Parating na nakasakay sa alapaap ng Langit	1
79	Ang bundok ng mga Oliva	1
80	Ang bundok ng mga Oliva	1

Tingnan ang iyong pang memoryang kard para sa nakasulat na gawaing pagmemorya.

Kung ang Gawain pagmemorya ay perfecto, 4 na puntos bawat bersikulo.   8

(1 puntos ang ibawas sa bawat mali sa bersikulo. Kung mas marami sa

3 mali, huwag markahan ng puntos ang bersikulong iyon.)

_____

TOTAL   61

31 na tamang sagot = 50 %

43 na tamang sagot = 70 %

49 na tamang sagot = 80 %

(Ang numero sa pahinang ito ay tinutukoy ang mga numero sa pahina ng mga Tamang Sagot.)

38, 47, 51, 61, 62, 65, 68. Sa Isaias 52:13 at 53:12 ay mga dakilang propesiya sa Lumang Tipan tungkol sa Mesias. Ipinahayag nito, na ang Lingkod ng Panginoon ay tinanggihan ng Kanyang sariling bayan, kahit wala Siyang ginawang kasalanan na kanya, at dumanas ng kaparusahang kamatayan para sa kanilang mga kasalanan. Ang mga Hudeong komentarista ay sinubukang kilalanin ang "Lingkod" sa Isaias 52:13 na ang bayan ng Hudeo, na naghirap sa mga kamay ng iba't-ibang bansa. Subalit ang pananaw na ito ay hindi maaaring tanggapin dahil sa mga sumusunod na dahilan:

(1) Ang "Lingkod" dito na inihahayag na hindi nakagawa ng anumang karahasan o panglilinlang. (Tingnan sa Isaias 53:9) Hindi ito maaaring itukoy sa bayan ng Hudeo.

(2) Ang "Lingkod" ay nasugatan para sa mga paglabag* ng iba. (Tingnan sa bersikulo 4-6) Ang paghihirap ng mga Israelita ay kagagawan ng sarili nilang pagkakasala, na binigyang babala sila ni Moises.

(3) Sa pamamagitan ng personal na kaalaman tungkol dito sa "LIngkod" (na pinasan sa Kanyang sarili ang mga pagkakasala ng iba), marami ang magiging makatuwiran sa harap ng Diyos. Ito ay maari lang makamit sa pamamagitan ng personal na pananampalataya sa Mesias. (Tingnan sa Roma 3:21-24).

39. Ang Israel bilang isang bansa ay tinanggihan si Hesus. Maging ganoon pa man, mayroong natira na sumunod sa Kanya. Ang mga naunang pulong ng mga mananampalataya ay binubuo ng mga Hudeo na tinanggap ang Mesias.

59-60. Ang dugo ng Paskuang tupa, ay prinotektahan ang mga anak ng Israelita laban sa Anghel ng kamatayan, at ang mga buto nito ay hindi maaaring basagin. (Exo. 12:46) Sa parehong kalagayan, si Hesus, bilang alay na tupa ng Diyos, ay hindi rin maaring basagin ang anumang mga buto. (Juan 1:29) (1 Cor. 5:7).

61-64. Ang sakripisyo ni Hesus ay ipinapakita na noon pa, na tuwing Araw ng Pagtubos, ang dakilang saserdote ay ipinapasa ang mga kasalanan ng Israel sa Azazel. (Lev. 16:21-22). Tanging ang dugo lamang ng inialay ang makapagtutubos sa kasalanan. Samakatuwid, si Hesus hindi lamang pinasan ang mga kasalanan ng bayan, pati na ang pagpapadaloy ng Kanyang dugo para sa kabuohan at pinakahuling pagtubos. (Heb. 9:13-22).

68-72. Ang muling pagkabuhay* ni Hesus mula sa patay ay ang katibayan ng Diyos na nagpatunay na Siya ang Mesias at Panginoon. (Rom. 1:3-4).

73-75. Si Hesus ay hindi lamang bumangon mula sa patay, pero umakyat din Siya sa Diyos Ama na nasa langit. Ang kanang kamay ng Diyos ay inilalarawan na siyang trono ng lahat ng autoridad at kapangyarihan sa buong universo. Si Hesus ay naupo sa trono Niya doon, at naghahari sa gitna ng Kanyang mga kaaway hanggang ang lahat ng bagay ay magpasakop sa Kanyang kaharian.

76. Sa pagsasara ng panahon, nangako ang Diyos ng isang panahon ng pagbabalik sa dating kalagayan. Nakatuon ito ng pagbabalik sa dating kalagayan ng Israel at magtatapos sa maluwalhating pagbabalik ng Mesias. (Tingnan sa Awit 102:163).

77-80. Ang mga propesiyang maluwalhating pagbabalik ng Mesias ay mas marami pa kaysa sa una Niyang mapagpakumbabang pagparito.

Isang Propetang Katulad Ni Moises

PANIMULA:

Sa Deuteronomeo 19:18-19, ibinigay ni Moises sa Israel ang mga sumusunod na mga pangako ng Diyos:

Magbabangon ako ng isang Propeta na katulad mo na manggagaling sa kanilang kapatiran, at ilalagay Ko ang Aking mga salita sa kangyang bibig, at magsasalita Siya sa kanila ng lahat ng Aking iuutos sa Kanya. At kung sino man ang hindi makikinig sa Aking mga salita, na sasabihin Niya sa Aking pangalan, sisingilin ko ito sa kanya.

Itong mga salita ni Moises ay nagtatag ng tatlong katotohanan:

Una, inilarawan ni Moises ang ang isang natatanging propeta, na kung saan ipinangako ng Diyos na ipapadala sa Israel sa huling panahon. Ang wikang ginamit ni Moises sa kabuohan ay nasa isahan: "isang Propeta," "kanyang bibig," "Siya ay magsasalita." Ang mga salitang ito ay nihdi maaaring maglarawan sa mga huling propeta bilang isang buo. Ito ay tumutukoy lamang para sa isang natatanging propeta.

Pangalawa, itong natatanging propeta ay may naiibang kapangyarihan na mas higit pa kaysa sa iba pang mga nauna sa kanya. Kung sinuman sa Israel ang tumangging makinig sa propetang ito, ilalagay sa paghatol* ng Diyos ang taong iyon.

Pangatlo: Itong propetang ito ay katulad ni Moises sa mga paraan na makikilala ang Kanyang kaibahan sa lahat ng mga propeta na dumating sa Israel.

Sa Gawa 3:22-26, ang Apostoles na si Pedro ay binanggit ang mga salita ni Moises at direktong tinukoy si Hesus ng Nazareth. Ang maingat na pagkukumpara ng Luma at Bagong Tipan ay magpapakita ng mahigit na dalawangpung natatangin puntos sa pagkakahawig nina Moises at Hesus. Ang mga sumusunod na mga katanungan na tumutukoy sa pagkakahawig ng dalawang Propetang ito ay pinagsama-sama ayon sa tatlong pangunahing pamagat.

Gawaing Pagmemorya: Deuteronomeo 18:18

☐ Tsekan pag namemorya na ang bersikulo.

(Balik-aralan araw-araw ang mga bersikulo sa mga naunang Aralin)

Mga Tanong Sa Aralin

A. ANG KANILANG KABATAAN

1. Pangalanan ang Hentil na emperador na pinapatupad ang kanyang paghahari sa Israel ng panahon ng mga kapanganakan ng bawat propetng ito. (Exo. 1:8-14) (Lukas 2:1-7)

    (1) Moises _____

    (2) Hesus _____

2. Paano ang buhay nina Moises at Hesus parehong nasa panganib ng sila ay mga sanggol pa lamang? (Exo. 1:15-16) (Mt. 2:16) _____

    _____

3.. Sa kaninong pagkilos, naligtas ang mga buhay nila? (Exo. 2:1-5)

    (Heb. 11:23) (Mt. 2:13-14) _____

    _____

4. Kaninong mga tao nakakuha ng pansamantalang pagkupkop ang bawat isa sa kanila? (Exo. 2:10) (Mt. 2:14-15) _____

    _____

5. Anong abilidad at talino ang naipamalas ng bawat isa sa kanila?

    (Gawa 7:20) (Lukas 2:46-47) (Mt. 13:54) _____

    _____

B. ANG PERSONAL NILANG KARANASAN

6. Magpangalan ng dalawang katangian sa karakter na parehong meron ang bawat lalake? (Num. 12:3, 7) (Mt. 11:29) (Heb. 3:1-6)

    (1) _____   (2) _____

7. Ang mga propetang bang ito madalas tanggapin ng Israel?

    (Exo.2:14; 32:1) (Num. 16:41) (Juan 7:52) (Mt. 27:21-22) _____

    _____

8. Paano ang kanilang mga kapatid na lalake at babae tumutugon kung minsan sa kanila? (Num. 12:1) (Marcos 3:21) (Mt. 13:54-57)

    (Juan 7:3-5) _____

9. Paano ang bawat isang propeta tumutugon sa harap ng Diyos tungkol sa kasalanan ng Israel? (Exo. 32:31-32) (Lukas 23:34) _____

10. Ano ang kusang handang gawin ng bawat isa para mapawi ang galit ng Diyos tungkol sa kasalanan ng taong bayan. (Exo. 32:31-32) (Lukas 23:34) _____

11. Ano ang ginawa ng bawat propetang ito, ng sa punto ng kanilang mga buhay ay nasa panganib sila? (Exo. 34:28) (Mt. 4:2) _____

12. Ang bawat isa ba sa mga propetang ito ay may espesyal na relasyon sa Diyos? (Num. 12:7-8) (Juan 1:18) (Mt. 11:27) _____

13. Sa anong klasing lugar pumupunta ang bawat isa sa mga propetang ito para magkipag usap sa Diyos? (Exo. 24:12) (Mt. 174:1, 5) _____

14. Nagsasama ba sila ng disipulo nila? (Exo. 24:13) (Mt. 17:1) _____

15. Ano ang epektong mayroon ang karanasang iyon sa kanilang pisikal na katawan? (Exo. 34:30) (Mt. 17:2) _____

16. Sa anong espesyal na paraan nakikipag-usap ang Diyos sa kanila kahit sa isang pagkakataon man lang? (Exo. 19:19-20) (Juan 12:28-30) _____

17. Anong nakakamanghang nilalang ang nagbantay sa mga libingan ng bawat propeta? (Judas 9) (Mt. 28:2-7) _____

C. ANG KANILANG PAGLINGKOD

18. Magpangalan ng dalawa pang paglilingkod na ginagawa ng bawat isa, maliban sa pagiging propeta nila.

(1) Deut.4:1, 5; Mt. 5:1-2; Juan 5:1-2

_____

(2) Aw. 77:20; Isa. 63:11; Juan 10:11, 14, 17

_____

19. Anong espesyal at mahalagang katotohanan tungkol sa Diyos ang ibinunyag ng bawat isa sa bayan ng Diyos? (Exo. 3:13-15) (Juan 17:6)

_____

20. Anong klasing pagkain ang ibinigay ng Diyos sa nakakamanghang paraan sa Kanyang bayan sa pamamagitan ng bawat isa sa mga propetang ito? (Exo. 16:14-15) (Aw. 78:24) (Juan 6:32-33, 51) _____

_____

21. Sa anong uri ng pagkaka-alipin iniligtas ni Moises ang Israel?

(Exo. 3:10) (Deut. 6:21) _____

_____

22. Sa anong uri ng pagkaka-alipin iniligtas ni Hesus ang mga sumasampalataya sa Kanya? (Juan 8:31-36) _____

_____

23. Paano ang parehong Propeta tumulong sa mga may sakit? (Exo.15:25-26) (Num. 21:6-9) (Mt. 4:23; 8:16-17) _____

_____

24. Mayroon pa bang ibang propeta na gumawa ng pinakadakilang himala na kagaya nito? (Deut. 34:10-12) (Juan 5:36; 15:24) (Gawa 2:22)

_____

25. Ano ang itinatag ng bawat isa sa pagitan ng Diyos at ng Kanyang bayan? (Exo. 24:7-8) (Mt. 26:26-28) _____

_____

26. Sa pamamagitan ng ano ito natatakan? (Heb. 9:11-22)

_____

Gawaing memorya: Deuteronomeo 18:18

Isulat ang bersikulong ito galing sa memorya.

_____
_____
_____
_____
_____

HUWAG BUBUKLATIN ANG PAHINANG ITO HANGGA'T HINDI NAKOKUMPLETO ANG LAHAT NG MGA SAGOT SA ARALING ITO

MGA TAMANG SAGOT AT MARKA – ARALIN IKA-LABING ANIM

Tanong	Sagot	Puntos
1	(1) Paraon	1
	(2) Cesat Augustus	1
2	Mga masasamang hari na nagbigay ng kautusan na ang bawat isa sa kanila ay patayin	1
3	Sa pamamagitan ng pagkilos ng kanilang mga magulang	1
4	Ang taongbayan ng Egipto	1
5	Kakaibang karunungan at pangunawa	1
6	(1) Mapagpakumbaba	1
	(2) Matapat sa Diyos	1
7	Hindi	1
8	Nilait nila/ tinanggihan sila	1
9	Bawat isa nanalangin sa Diyos na patawarin ang mga taongbayan	1
10	Bawat isa ay kusang handa na gawin ang pagpapasan ng kaparusahan na para sa taongbayan	1
11	Bawat isa ay nag ayono ng apatnapung araw	1
12	Oo	1
13	Ang mataas na bundok	1
14	Oo	1
15	Ang kanilang mga mukha ay nakakasilaw	1
16	Ang Diyos ay nagsalita ng malakas na boses mula sa langit	1
17	Mga Anghel	1
18	(1) Guro	1
	(2) Pastor	
19	Ang pangalan ng Diyos	1
20	Tinapay na mula sa langit	1
21	Mula sa pagka-alipin ni Paraon sa Egipto	1
22	Mula sa pagka-alipin sa kasalanan	1
23	Pinagaling nila sila	1
24	Hindi	1
25	Isang Tipan	1
26	Ang dugo ng inialay (Ang pagkapako ni Hesus sa krus)	1

Tingnan ang iyong pang memoryang kard para sa nakasulat na gawaing pagmemorya.

Kung ang Gawain pagmemorya ay perfecto, 4 na puntos bawat bersikulo.   4

(1 puntos ang ibawas sa bawat mali sa bersikulo. Kung mas marami sa
3 mali, huwag markahan ng puntos ang bersikulong iyon.)

_____

TOTAL   33

17 na tamang sagot = 50 %

23 na tamang sagot = 70 %

26 na tamang sagot = 80 %

(Ang numero sa pahinang ito ay tinutukoy ang mga numero sa pahina ng mga Tamang Sagot.)

1-4. Sa bawat pagkakataon, si Satanas, ang malaking kaaway ng Israel, ay sinusubukang sirain ang itinalagang tagapagligtas ng Diyos bago pa man matupad ang kanyang gawain. Bawat isa ay naisalba sa pamamagitan ng pananampalataya* at lakas ng loob ng mga magulang nila.

5. Si Moises at si Hesus ay parehong kinasihan ng Diyos ng espesyal na regalong katalinuhan.

6. Pareho silang nakasalig sa nakakamanghang kapangyarihan ng Diyos, at hindi sa kanilang sariling likas na kakayahan.

7-8. Ang mga maling kalooban ng bayan ng Diyos ay nakakapigil na makilala at mabigayang galang ang tagapagligtas na ipinadala ng Diyos sa kanila.

9-10. Si Moises at si Hesus ay parehong may pagkukusang gawin ang pagpasan ng kaparusahan para sa bayan ng Diyos, ngunit si Hesus lamang ang maaring tanggapin ng Diyos dahil siya lamang ang walang kasalanan. (Heb. 7:26-27).

12-16. Si Moises at si Hesus ay parehong nakasalig sa personal na pakikipag ugnayan sa Diyos. Ang resulta nitong pakikipag ugnayan ay nahayag sa mga ibat-ibang natatanging paraan.

19. Ang pangalan ng Diyos ay naghahayag ng kalikasan ng Diyos. Sa pamamagitan ni Moises ang Diyos ay nagbunyag ng Kanyang sarili na may buhay Siyang walang hanggan* at hindi nagbabago; Sa pamamagitan ni Hesus ibinunyag Niya ang Kanyang sarili bilang Ama. (Tingnan sa Mt. 11:27; Roma 8:15).

20. Ang manna inilaan sa pamamagitan ni Moises ay nagbigay lang ng pansamantalang pisikal na buhay. Ang ilan sa mga kumain nito sy namatay din sa huli sa ilalim ng paghusga* ng Diyos. (Tingnan sa Numero 14:22-23, 32; 26:63-65). Subalit, sa pamamagitan ni Hesus ang mananampalataya ay nakakatanggap ng buhay na walang hanggang* (Tingnan sa Juan6:47-51).

21-22. Ang pagka alipin na kung saan iniligtas ni Moises ang Israel ay pisikal; Ang pagka alipin na kung saan iniligtas ni Hesus ang mananampalataya ay espiritwal.

25-26. Nilabag ng Israel ang Unang Tipan na ibinigay ng Diyos sa kanila, ngunit nangako ang Diyos na gagawa ng bagong tipan na naglalaan ng kapatawaran sa lahat nilang kasalanan. (Jer. 31:31-34). Si Hesus ay naparito upang itatag ang bagong tipan.

PANGWAKAS:

Ang araling ito ay naglabas sa atin ng dalawangput-anim na puntos para ipakita ng maliwanag ang pagkakahawig nina Moises at Hesus. Napaka imposibling makakuha ng ibang propeta na nagmula sa Israel, maliban lang kay Hesus, na kahawig ni Moises kahit sa maliliit man lang na bilang ng puntos. Samakatuwid, hindi makatwiran itanggi na si Hesus ang propetang inihula ni Moises sa Deuteronomeo 18:18-19.

Kahit papaano, kung si Hesus nga ang propetang inihula ni Moises, ito ay napaka importante para sa atin na malaman ang katotohanang ito at kumilos na ayon dito. Ang Diyos ay nagsalita tungkol sa propetang ito: "Sinuman ang hindi makikinig sa Aking mga salita, na kanyang sasabihin sa Aking pangalan, ay sisingilin Ko." (Deut. 18:19).

Ang pagpipilian ng tao, ay sa pagitan ng paghusga* ng Diyos o ang Kanyang pagpapala. Ang paghusga,* ay kung tatanggihan natin si Hesus, ang propeta ng Diyos; Ang pagpapala, ay kung kikilalanin natin Siya.

PANGATLONG PAGSURI SA PAG-SULONG

BINABATI KITANG MULI!

Ikaw ay nakakumpleto na ng labing-anim na aralin, na may natitira na lang ng isang bahagi na kukumpletuhin. Isaalang-alang mo sandali kung ano ang ibig sabihin nito!

Sa bahaging natapos mo pa lang, ikaw ay nakagawa na ng detalyadong pagaaral sa ilang pinaka malalim at mga importanting tema na nabuksan sa literatura ng daigdig. Kasama nito ang:

- Ang kasaysayan at kahahantungan ng Israel.

- Ang mga buhay at karakter ng tatlong pinaka dakilang tao na lumakad sa entablado ng kasaysayan ng tao. Si Abraham, si Moises at si Hesus.

- Ang sentral na tema ng lahat na propesiya ng Bibliya: ang buhay at gawain ng Mesias- Tagapagtubos.

Sa iyong ginawa, nasaliksik mo sa iyong sarili ang mga sagot sa Bibliya na malapit sa dalawang daan tukoy na mga tanong.

Nagawa mo rin maimemorya ang total na dalawangput-tatlong mahahalagang bersikulo ng Kasulatan.

Maging matatag ka! Mayroon ka na lang na konti pang aralin na natira para makumpleto mo ang kurso. Pagkatapos, malalaman mong ikaw ay lalo ng handa na magpatuloy magtamasa ng mga pagpapalang makilala ang Diyos nitong daigdig.

Ngayon, isang payo tungkol sa mga susunod pang mga aralin bilang 17, 18 at 19, ito ay dadalhin ka sa pinakadakilang pagtatapos ng kasaysayan ng lahat: ang personal na pagbabalik ni Hesus. Dito, makikita mo ang ilang mga palatandaan na maari mong asahan bilang hudyat ng Kanyang pagbabalik. Pagkatapos, sasagutan mo ang mga tanong sa Huling Pagbabalik aral. At ang pinakahuli sa lahat, ang Aralin 20 ay pag-iisahin ang lahat ng hibla para sa personal mong pagsasabuhay. Sige patuloy lang! Maayos ang iyong ginagawa!

PANGATLONG PAGBABALIK-ARAL

Bago ka magpatuloy sa mga bagong materyal ng natitirang mga aralin, kailangan mong suriin ang iyong sarili upang tingnan kung naunawaan mo ng husto ang lahat na mga mayayamang materyal na nasa mga aralin 12 hanggang 16. Pag naunawaan mo na ng husto ang mga ito, mas lalo mong makukuha ng husto ang nakakasabik pang mga materyales na naka-abang sa unahan.

Ang sinusunod na paraan sa pangatlong pagbabalik-aral na ito ay kapareho din sa iba.

Una, maingat na basahin ang lahat ng mga tanong ng mga nauuna limang aralin, kasama ang mga tamang kasagutan. Suriin na alam mo at naunawaan ang mga dahilan sa bawat tamang sagot.

Pangalawa, Balik-aralan ang bawat talata ng Kasulatan buhat sa limang aralin na iyong napag-aralan para sa gawain pagmemorya.

Pangatlo, maingat na basahin ang nga sumusunod na mga tanong at isa alang- alang kung paano mo ito sasagutan. Bawat tanong ay may pagkaka-ugnay ng ilang paraan sa mga materyal na napag-aralan mo na.

- Anong mga aral mula sa kasaysayan ng Israel ang masasabi mong maaari pa ring ipagawa sa Israel at sa ibang mga bansa ngayong araw?

- Anong kilos ng pagkaawa ang ibinigay kay Hesus bilang kapangyarihan upang gawin sa pamamagitan ng pagbasbas ng Banal na Espiritu na nasa kanya?

- Magbigay ng sampung pangyayari sa buhay ni Hesus na tumupad sa tukoy na mga propesiya sa Lumang Tipan.

- Magbigay ng sampung mahalagang puntos ng pakakahawig ni Moises at ni Hesus.

Kahuli-hulihan, isulat sa isang hiwalay na papel ang sarili mong kasagutan sa mga tanong sa itaas.

* * * * *

Walang mga markang inilaan sa pagbabalik-aral na ito. Ang layunin nito ay matulungan kang mapagsama-sama ang lahat ng iyong mga na diskubre. Pag nakuntento ka, na ito ay nakamit, buklatin na ang pahina ng Aralin 17.

Ang Pangalawang Pagparito Ni Kristo

PANIMULA:

Si Hesu Kristo ay una ng pumarito sa daigdig ng mahigit ng dalawang libong taon. Ang detalye ng Kanyang pagparito ay nauna ng nahayag sa mga sagradong kasulatan – propesiya - sa Bibliya. Ang una Niyang pagparito ay eksaktong nangyari ayon sa nakasulat sa mga propesiya ito.

Nang umalis si Hesus sa lupa para bumalik sa langit, tiniyak Niya sa Kanyang mga disipulo na Siya ay babalik muli dito sa lupa. Maliban sa sariling mga pangako ni Hesus, marami pang mga propesiya sa ibat-ibang bahagi ng Bibliya tungkol sa pangalawang pagparito ni Hesus, ang Mesias. Sa totoo lang, mas marami pang mga propesiya sa Bibliya tungkol sa Kanyang pangalawang pagparito kaysa tungkol sa una Niyang pagparito.

Dahil ang mga propesiya tungkol sa una Niyang pagparito ay eksaktong naganap ayon sa pagkakasulat, nararapat lang na paniwalaan ang mga propesiya tungkol sa Kanyang pangalawang pagpaparito na matutupad sa ganoong ding paraan.

Ang mga Kasulatang narito sa aralin ito ay nagtataglay ng mga maliwanag na pangako tungkol sa pagbabalik ni Kristo. Sinasabi din dito kung ano ang mangyayari sa mga Kristiyano sa panahong iyon at kung paano dapat maghanda ang mga Kristiyano ngayon.

Gawaing Pagmemorya: Lukas 21:36

☐ Tsekan pag namemorya na ang bersikulo.

(Balik-aralan araw-araw ang mga bersikulo sa mga naunang Aralin)

Mga Tanong Sa Aralin

A. MGA PANGAKO TUNGKOL SA PAGBABALIK NI KRISTO

1. Para sa anong layunin sinabi ni Kristo kung bakit iiwanan Niya ang Kanyang mga disipulo? (Juan 14:2) _____

_____

2. Anong pangako ang ibinigay ni Kristo sa Kanyang mga disipulo nang iniwan Niya slia? (Juan 14:3) _____

_____

3. Nang si Kristo ay dinala sa langit, anong pangako ang ibinigay ng mga anghel? (Gawa1:11) _____

_____

4. Ano ang "Inaasahang Pagpapala" na kung saan lahat ng tunay na Kristiyano ay naghihintay sa pagdating? (Titus 2:13) _____

_____

5. Anong tatlong tunog ang maririnig pag si Kristo ay bumaba na mula sa langit? (1 Tesa. 4:16)

   (1) _____   (2) _____

   (3) _____

B. ANO ANG MANGYAYARI SA MGA KRISTIYANO

6. Lahat bang mga Kristiyano ay patay (tulog) sa pagdating ng Mesias?
   (1 Cor. 15:51) _____

_____

7. Sa ngayong panahon, ano ang mangyayari sa mga Kristiyanong mga namatay na? (1 Tesa. 4:16) _____

_____

8. Anong dalawang bagay ang mangyayari sa lahat ng mga Kristiyano maging patay man o hindi pa?
   (1) (1 Cor. 15:51) _____
   (2) (1 Tesa. 4:17) _____

9. Ang mga Kristiaynong ito ay maaari pa bang muling mahiwalay sa Panginoon? (1 Tesa. 4:17) _____

_____

10. Pag aktwal na nating nakita ang Panginoon, ano ang pagbabagong magaganap sa atin? (1 Juan 3:2) _____

_____

11. Dahil sa pagbabagong ito, ano kagaya ang magiging katawan ng mga Kristiyano (Fil. 3:21) _____

_____

12. Anong dalawang salita ang ginamit ni Pablo para isalarawan ang katawan ng mga Kristiyano pagkatapos ng muling pagkabuhay*?

(1 Cor. 15:53)

(1) _____   (2) _____

13. Paano inilarawan ng Bibliya ang pistang ipagdiriwang ng mga Kristiyano? (Pah. 19:9) _____

_____

B. PAANO DAPAT MAGHAHANDA ANG MGA KRISTIYANO

14. Ano ang ginawa ng babaing ikakasal sa Tupa bago ang hapunan ng kasal? (Pah. 19:7) _____

_____

15. Anong uri ng kasuotan ang isinuot niya? (Pah. 19:8) _____

_____

16. Ano ang isinasagisag ng putting-puting lino? (Pah. 19:8 _____

_____

17. Sa sampung berhin, alin sa kanila ang mga naikasal? (Mt. 25:10)

_____

18. Kung ang isang tao ay umaasang makita si Hesus sa Kanyang pagbalik, paano siya maghahanda para dito? (1 Juan 3:32) _____

_____

19. Para kanino magpapakita si Hesus sa pangalawang pagkakataon para sa kaligtasan*? (Heb. 9:28) _____

20. Anong dalawang bagay ang dapat nating gawin kung ibig natin makita si Hesus? (Heb. 12:14)

(1) _____ (2) _____

21. Anong tatlong marka meron ang isang tunay na Kristiyano sa pagbalik ni Hesus? (2 Ped. 6:14)

(1) _____ (2) _____

(3) _____

22. Anong mga salita ang ginamit ni Hesus para ipakita kung gaano magiging kabigla-bigla ang kanyang pagparito? (Pah. 3:3; 16:15) _____

_____

23. Sino ang nakakaalam ng araw at oras ng pagparito ni Hesus?

(Marcos 13:32) _____

24. Anong babala ang sinabi ni Kristo Hesus na gawin ng lahat na Kristiyano ukol sa Kanyang pagparito? (Marcos 132:35-37) _____

_____

25. Anong babala ang ibinigay ni Hesus na gagawin ng mga Kristiayno maliban sa pagmamatiyag? (Lukas 21:36) _____

_____

26. Anong tatlong bagay ang ibinigay ni Hesus sa mga Kristiyano bilang babala na maaaring makapagpigil sa kanila para hindi maging handa? (Lukas 21:34)   (1) _____

(2) _____ (3) _____

Gawaing Pagmemorya: Lukas 21:36

Isulat ang bersikulong ito galing sa memorya.

_____

_____

_____

_____

_____

HUWAG BUBUKLATIN ANG PAHINANG ITO HANGGA'T HINDI NAKOKUMPLETO ANG LAHAT NG MGA SAGOT SA ARALING ITO

MGA TAMANG SAGOT AT MARKA – ARALIN IKA-LABING PITO

Tanong	Sagot	Puntos
1	Pupumta at maghahanda ng lugar para sa kanila	1
2	Para sa Kanyang muling pagparito at tanggapin Niya sila sa Kanyang sarili	2
3	Itong si Hesus mismo ay muling paparito sa pareho ding paraan kung paano ninyo Siya nakita pumaroon sa langit	2
4	Ang maluwalhating pagpapakita ng ating dakilang Diyos at Tagapagligtas na si Hesu Kristo	2
5	(1) Isang sigaw	1
	(2) Ang boses ng isang Arkanghel	1
	(3) Ang trumpeta ng Diyos	1
6	Hindi	1
7	Babangon sila (mula sa patay)	1
8	(1) Lahat sila ay mababago	1
	(2) Lahat sila ay mapupunta sa alapaap para salubungin ang Panginoon sa kalawakan	1
9	Hindi; hindi kailanman	1
10	Magiging katulad tayo Niya	1
11	Kapareho ng maluwalhating (pinaluwalhati*) katawan ni Kristo	1
12	(1) Hindi mabubulok*	1
	(2) Buhay na walang hanggan*	1
13	Ang hapunan sa kasal ng Tupa (Hesus)	1
14	Ginawa niyang handa ang kanyang sarili	1
15	Puting-puting lino, malinis at makinang (puti)	1
16	Ang makatuwiran* gawain ng mga santo	1
17	Silang mga handa	1
18	Pinadalisay niya ang kanyang sarili dahil Siya (Hesus) ay dalisay	2
19	Para sa kanilang mga masigasig na naghihintay sa Kanya	1
20	(1) Hanapin ang katahimikan para sa lahat ng tao	1
	(2) Hanapin ang kabanalan	1

Tanong	Sagot	Puntos
21	(1) Sa katahimikan	1
	(2) Walang bahid	1
	(3) Walang maipupuna (maisisisi)	1
22	Katulad ng magnanakaw	1
23	Walang nakakaalam, ang Diyos Ama lang	1
24	Magbantay	1
25	Manalangin palagi	
26	(1) Nagsasayahan (nagdiriwang)	1
	(2) Naglalasing	1
	(3) Mga pangangailangan nitong buhay	1

Tingnan ang iyong pang memoryang kard para sa nakasulat ng gawaing pagsasaulo.

Kung ang Gawain pagmemorya, ay perfecto sa bawat salita, 4 na puntos   4

(1 puntos ang ibawas sa bawat mali sa bersikulo. Kung mas marami sa

3 mali, huwag markahan ng puntos ang bersikulong iyon.)

_____

TOTAL 43

22 na tamang sagot = 50 %

30 na tamang sagot = 70 %

34 na tamang sagot = 80 %

(Ang numero sa pahinang ito ay tinutukoy ang mga numero sa pahina ng mga Tamang Sagot.)

1-5. "Sa pamamagitan ng bibig ng dalawa o tatlong saksi, bawat salita ay maitatag" (Mt. 18:16) Tungkol sa pagbabalik ni Kristo mayroon tayong tatlong saksi: (1) Si Kristo mismo (Juan 14:3); (2) Ang mga Anghel (Gawa 1:11); (3) Ang Apostol Pablo(1 Tesa. 4:16). Punahin ang pagbibigay kahalagaan sa pagbabalik ni Hesus sa Kanyang katauhan mismo: "Itong si Hesus mismo" (Gawa1:11), "Ang Panginoon mismo" (I Tesa. 4:16), Itong "Pinagpalang Pag-asa" (Titus 2:13) ang siyang pinakamataas na layunin ng pamumuhay ng Kristiyano.

5. (1) Ang sigaw ay magmumula mismo sa Panginoon. Ang boses pa lang Niya ay may kapangyarihan ng tawagin lumapit ang mga patay. (Tingnan sa Juan 5:28-29). (2) Ang arkanghel ay maaaring si Gabriel. Ang kangyang espesyal na gawain ay ipahayag kung kailan ang Diyos gagalaw sa mga gawain ng mga tao. (Tingnan sa Lukas 1:19, 26). (3) Ang trumpeta ay ginagamit para tawagin at magsama-sama ang bayan ng Diyos. (Tingnan sa Numero 101:2-3).

6. Ang ibig sabihin ng "natulog" ay namatay. (Ikumpara sa Gawa 7:60 at 1Corinto 11:30). Ang salitang ito ay ginagamit sa kamatayan ng mga Kristiayno sapagkat umaasa sila sa muling paggising nila sa umaga ng muling pagkabuhay*.

6-8. Ang magkakasunod na mga mangyayari ay: (1) Ang mga patay (natutulog) na mga Kristiyano ay muling bubuhayin na mayroong mga bagong, niluwalhating* katawan. (2) Ang nabubuhay pang mga Kristiyano ay babaguhin sa isang iglap ang kanilang mga katawan katulad din sa mga niluwalhating* katawan. (3) Lahat ng Kristiyano ay magsasama-sama sa alapaap para salubungin ang Panginoon habang bumababa Siya mula sa langit.

10-12. Ang mga niluwalhating* katawan ng mga Kristiyano ay magiging katulad mismo ng niluwalhating* katawan ng Panginoon. (Para sa kabuohang pag aaral sa paksang ito, tingnan ang aking aklat na The Spirit-filled Believer's Handbook, Part IV, Resurrection of the Dead.)

13. Ikumpara ang Mateo 8:11 at Mateo 26:29.

14-21, 24-25. Ang Bibliya ay napakalinaw na itinuturo ito, upang makapaghanda para sa pagbabalik ni Kristo, Ang mga Kristiyano ay dapat magtrabaho ng husto para ihanda ang kanilang mga sarili. Sa Pahayag 19:8, ang eksaktong kahulugan ng "puting-puting lino" ay ang "makatuwirang mga gawain ng mga santo." Ito ang Katuwiran* ni Kristo na natatanggap sa pamamagitan ng pananampalataya*, na ipinamumuhay sa araw-araw na buhay ng mga Kristiyano. (Ikumpara sa Felipo 1:12-13; "lubusin ninyo ang gawain . . . Sapagka't ang Diyos mismo ang gumagawa nito sa inyo.")

Dahil dito, ang Salita ng Diyos ang gumagabay sa mga Kristiyano para ihanda ang kanilang mga sarili sa pamamagitan ng mga makatuwiran gawain na:

1. Pagiging malinis (pagiging walang bahid) (1Juan 3:3 at 2 Pedro 3:14).

2. Kabanalan (Heb. 12:14)

3. Kapayapaan (tamang pakikitungo sa lahat na tao) (Heb. 12:14 at 2 Pedro 3:14)

4. Walang maipupuna (pagiging tapat sa lahat na mga katungkulang Kristiyano) (2 Pedro 3:14)

5. Laging umaasa (masisigasig na naghihintay kay Hesus) (Heb. 9:28)

6. Mapagmatiyag (Marcos 13:37)

7. Mapanalangin (Lukas 21:36)

22. Si Kristo ay magiging katulad ng magnanakaw sa paraan ng pagpaparito Niya, subalit kukunin lang Niya ang Kanya – "ang mga kay Kristo sa Kangyang pagparito" (1 Corinto 15:26).

23. Pagdating ng sandali, sasabihin ng Ama ang Anak. Pagkatapos, lahat ng langit ay pag-uutusang kumilos.

30. (1) Laging nagbibigay ng babala si Hesus laban sa sobrang pagkain at pag-inom bago Siya magbabala tungkol sa paglalasing. (3) Ikumpara sa Lukas 17:27-28. Ang mga bagay na binanggit dito ay hindi naman tukoy na kasalanan. Nagiging kasalanan lamang ito pag masyado ng nakababad dito.

Mga Palatandaan Ng Pangalawang Pagparito Ni Kristo

PANIMULA:

Ang Bibliya ay nagsasabi sa atin ng maraming espesyal na bagay na mangyayari muna sa Mundo bago ang pangalawang pagparito ni Kristo. Ang mga bagay na ito ay mga palatandaan upang bigyan tayo ng babala na malapit na Siyang pumarito.

Sa araling ito, ilan sa mga importanting mga palatandaan ay nakasaad. Nahahati ito sa dalawang grupo:

A. Mga Palatandaan sa Mundo ng Relihiyon

B. Mga Palatandaan sa Mundong Sanlibutan

Sa ibaba ng bawat grupo ng mga palatandaan ay ibinigay ang mga Kasulatang pinagbatayan ng mga palatandaang nabanggit. Sa araling ito, kailangan gawin mo ang mga sumusunod:

(1) Basahin ang mga palatandaan na nasa Grupong A.

(2) Basahin ang mga Kasulatan na nakalista sa ibaba ng Grupong A.

(3) Sa ibabang linya ng bawat palatandaan, isulat ang mga Kasulatanang pinagbatayan ng palatandaan.

(4) Ulitin ang parehong proseso sa Grupong B.

(5) Sa huli ng bawat palatandaan, may makikita kang parisukat na kahon. Pag natapos mo na ang iba pang mga aralin, basahin mong muli ang mga palatandaan, at tsekan ang bawat kahon kung sa tingin mo ang tinutukoy na palatandaan ay nangyayari na sa mundong alam mo ngayon.

(PUNA: Mayroong isang tamang pinagbatayan ang Kasulatan sa bawat palatandaan. Subalit, sa Grupong B, ang Mateo 24:7 ay tumutukoy sa tatlong ibat-ibang palatandaan. Isulat ang Mateo 24:7 pagkatapos ng bawat palatandaan na kung saan tinutukoy ito.)

Gawaing Pagmemorya: Lukas 21:28

☐ Tsekan pag namemorya na ang bersikulo.

(Balik-aralan araw-araw ang mga bersikulo sa mga naunang Aralin)

Mga Tanong Sa Aralin

A. MGA PALATANDAAN SA MUNDO NG RELIHIYON

1. Ang pagbuhos ng Banal na Espiritu sa buong mundo.
   _____ ☐

2. Ebanghelismo at Misyonaryong gawain laganap sa buong mundo.
   _____ ☐

3. Mga Kristiyano inaalipusta, kinasusuklaman, pinahihirapan, at
   pinapatay sa lahat ng bansa. _____ ☐

4. Maraming huwad na mga propeta.
   _____ ☐

5. Ang malakihang paglisan sa pananampalatayang* Kristiyano
   _____ ☐

6. Maraming mga Kristiyano, na nalinlang ng Diablo, na uma-ayon sa
   mapanlinlang na mga espiritu _____ ☐

7. Ang pagmamahal ng maraming Kristiyano ay nanlalamig na
   _____ ☐

```
                    Batayang Kasulatan

    * Mateo 24:12   * 1 Timoteo 4:1   * Mateo 24:7
      * Gawa 2:17      * Mateo 24:11   * 2 Tesalonika 2:3
                    * Mateo 24:14
```

B. MGA PALATANDAAN SA MUNDONG SANLIBUTAN

8. Malakihang pandaigdigang digmaan, bansa laban sa bansa
   _____ ☐

9. Pagdami ng lumalakbay at ng karunungan
   _____ ☐

10. Pagbangon ng Zionismo* at pagtatayo muli ng Israel
    _____ ☐

11. Ang paglaya ng Jerusalem sa pamamahala ng mga Hentil*
    _____ ☐

12. Maraming mapangkutya at tatanggihan ang Salita ng Diyos at ang pangakong pagbabalik ni Kristo _____ ☐

13. Mga taong nakatuon sa mga materyal na kasayahan at pang araw-araw na pamumuhay at pagkalimot sa darating na Paghukom* ng Diyos _____ ☐

14. Malaking pagbaba sa moralidad at makatuwiran pamumuhay, kasabay sa pagbaba ng panlabas na anyo ng relihiyon.

_____ ☐

15. Laganap na kalikuan

_____ ☐

16. Taggutom at salot

_____ ☐

17. Lindol sa maraming lugar

_____ ☐

18. Kalungkutan ng mga bansa at kaguluhan (pagkalito)

_____ ☐

19. Maraming antikristo

_____ ☐

Batayang Kasulatan

Mateo 24:12	**Lukas 21:24**	**1 Juan 2:18**
2 Pedro 3:2-7	**Daniel 12:4**	**Mateo 24:7**
Lukas 17:26-30	**Awit 102:16**	**2 Timoteo 3:1-5**
Lukas 21:25		

Gawaing Pagmemorya: Lukas 21:36

☐ Tsekan pag namemorya na ang bersikulo.

(Balik-aralan araw-araw ang mga bersikulo sa mga naunang Aralin)

HUWAG BUBUKLATIN ANG PAHINANG ITO HANGGA'T HINDI
NAKOKUMPLETO ANG LAHAT NG MGA SAGOT SA ARALING ITO

Tanong	Sagot	Puntos
1	Gawa 2:17	1
2	Mateo 24:14	1
3	Mateo 24:9	1
4	Mateo 24:11	1
5	2 Tesalonika 2:3	1
6	1 Timoteo 4:1	1
7	Mateo 24:12	1
8	Mateo 24:7	1
9	Daniel 12:4	1
10	Awit 102:16	1
11	Lukas 21:24	1
12	2 Pedro 3:2-7	1
13	Lukas 17:26-30	1
14	2 Timoteo 3:1-5	1
15	Mateo 24:12	1
16	Mateo 24:7	1
17	Mateo 24:7	1
18	Lukas 21:25	1
19	1 Juan 2:18	1

Tingnan ang iyong pang memoryang kard para sa nakasulat ng gawaing pagsasaulo.

Kung ang Gawain pagmemorya, ay perfecto sa bawat salita, 4 na puntos   4

(1 puntos ang ibawas sa bawat mali sa bersikulo. Kung mas marami sa

3 mali, huwag markahan ng puntos ang bersikulong iyon.)

TOTAL   23

12 na tamang sagot = 50 %

16 na tamang sagot = 70 %

18 na tamang sagot = 80 %

Tatlong Panghuling Importanting Tanong

Mayroong labing-siyam na ibat-ibang palatandaan sa pagpaparito nI Kristo na nabanggit sa araling ito.

1. Ilang kahon na katabi nila ang nilagyan mo ng tsek?

2. Nagbibigay ba ito ng pagpapahayag sa iyo na malapit na ang pagpaparito ni Hesus?

3. Kung gayon, nakahanda ka na ba?

(Ang numero sa pahinang ito ay tinutukoy ang mga numero sa pahina ng mga Tamang Sagot.)

1. Ang ibig sabihin ng pahayag na "lahat ng laman" ay ang buong lahi ng tao. Madalas gamitin ito ng mga Propeta na ganito ang kahulugan (Isa. 40:5-6) (Jer. 25:31) (Eze. 21:4-5) Lahat ng bahagi sa lahi ng tao ay mararadaman ang pagdating nitong huling dakilang pagbuhos ng Espiritu ng Diyos.

2. Ang pagdadala ng ebanghelyo sa ibang tao at mga bansa ay natural na epekto ng pagbuhos ng Espiritu ng Diyos. Punahin ang espesyal na komento pagkatapos nitong palatandaan, "At pagkatapos, darating na ang katapusan" (Mt. 24:14).

3. Mas maraming Kristiyanong mga martir* nitong ikadalwamput-isang siglo kaysa sa kahit na ano pang ibang siglo. Halimbawa, maraming komunistang bansa ang nagpapahirap sa mga Kristiyano dahil sa patakaran ng bansa.

4-6. Itong tatlong palatandaan ay lahat tumuturo sa malaking pagdami ng panggigipit at panlilinlang na galing kay satanas at nakatutok sa mga Kristiyano para maakit sila na di-maging tapat kay Kristo. Ang Bibliya ay nagpapahiwatig, na sa katapusan, mayroon na lang matitirang dalawang malaking grupo ng mga Kristiyano.

7. Ang mga palatandaan ito ay tugma sa larawan ng simbahan sa Laodicea. Ang nakakakondinang kasalanan ng mga Kristiyanong ito ay ang pagiging maligamgam; sila ay hindi alinman mainit o malamig (Pah. 3:14-22). Itong paurong na pagmamahal ng Kristiyano ay pangunahing dahilan na isa o marami pang mga susunod na sanhi: (1) Mga Kristiyanong matinding inuusig; (2) Mga Kristiyanong nalinlang ng Diablo; (3) Mga Kristiyanong nabubuhay lamang para sa salapi at materyal na kaginhawahan.

8. Ang huling siglo ay nakakita ng maraming digmaan na malalaki at mas marami kaysa sa anumang ibang siglo, lalo na ang dalawang pangdaigdigang digmaan.

9. Punahin kung paano lohikal na magkadugtong itong dalawang sanhi. Ang pagdami ng karunungan (agham) ay naging posible sa pagdami ng paglakbay. Sa ganito rin, ang maraming paglalakbay ay nagpaparami din sa karunungan.

10-11. Ang pagbangon ng Zionismo,* ang pagkabuhay muli ng bansang Israel, at ang Anim na Araw na Digmaan noong 1967 ay kasama sa malalaking himala ng modernong kasaysayan. May nagsabi: "Ang mga Hudeo ay ang minutong kamay ng orasan pangpropesiya ng Diyos., at ang kamay na iyon ay malapit ng umabot sa hating gabi."

12. Ang huling siglo ay nakitaan ng ilang ulit na matitinding pag-atake sa Bibliya, na walang kagaya sa anumang ibang siglo. Ang nakakatuwa, itong mga atake sa Bibliya ay nagpapatibay lang ng kawastuhan nito, dahil ang Bibliya mismo ang maliwanag na nagbigay sa hulang ito.

13-15, 18. Ang mga palatandaan ito ay pinatunayang totoo ng mga pang araw-araw ng mga balita ng modernong mundo ito. (Ikumpara ang Lukas 17:26 sa Genesis 6:5, 12-13). Ang tatlong pangunahing kasamaan na binanggit ng panahon ni Noe ay: (1) kasamaan sa isipan at mga ninanais, (2) mababa at immoral na pagtatalik, (3) karahasan.

16. Ang tag-gutom at salot ay natural na nagkakasabay at digmaan ang madalas na dahilan.

17. Ang talata ng kasaysayan sa mga nakaraang siglo ay nagpapakita ng matinding pagtaas ng bilang ng mga paglindol.

19. Ang gawain ng "espiritu ng anti-kristo" (1 Juan 4:3) ay dalawahan: una, para mapakilos si Hesus sa Kanyang supremong katungkulan at kapangyarihan, na ibinigay ng Diyos; pangalawa, magtaas ng ibang tao kapalit ni Kristo. Sa ganitong kaisipan ang mga pangunahin politikal na paniniwala – Islam, Facismo, at Komunismo – at ang mga nakaraang mga henerasyon ay lahat naging mga anti-kristiyano, (kapareho ng mga ibang politikal at reliheyosong mga organisasyon na gumagalaw sa mundo ngayon). Subalit, ang mundo ay naghihintay pa rin ng pinakahuling anti-kristo, na isinalarawan sa 2 Tesalonica 2:3-12.

Ang Kaharian Ni Kristo Itinatag Sa Mundo

PANIMULA:

Ang Kaharian ni Kristo sa Mundo ay darating sa pamamagitan ng Kanyang paghuhukom* sa lahat ng mga tumanggi sa awa ng Diyos at kumalaban sa layunin ng Diyos sa nakaraang mga panahon. Sa kabilang dako naman, lahat ng mga mananampalataya na muling binuhay o nagbago sa nakakamanghang paraan ng Kanyang pagparito ay bibigyan ng ibat-ibang katungkulan at kapangyarihan sa Kanyang kaharian. Ang Jerusalem bilang kapital Niya, maghahari si Hesus sa lahat ng bansa ng isang libong taon, na magdadala ng katarungan, kapayapaan, kasaganahan, at ang pagkakakilala sa Diyos ng buong daigdig. Sa kahulihulihan, ihahandog Niya ang Kanyang sarili at ang Kanyang kaharian na may pagpapasakop sa Diyos Ama.

Gawaing Pagmemorya: 2 Timoteo 2:11-12

☐ Tsekan pag namemorya na ang bersikulo.

(Balik-aralan araw-araw ang mga bersikulo sa mga naunang Aralin)

Mga Tanong Sa Aralin

A. MGA PAGHUKOM* NA MAGHAHATID NG KAHARIAN NG MESIAS

1. Ang pagparito ni Hesus mula sa langit ay isinalarawan sa 2 Tesalonica 1:6-10

   (1) Paano Siya makikitungo sa mga ubod ng sama at di-sumusunod?

   (b. 8) _____

   (2) Ano ang kanilang kaparusahan? (b.9) _____

   _____

2. Ano ang mangyayari sa Halimaw (anti-kristo) at ang mga Huwad na Propeta? (Pahayag 19:20) _____

   _____

3. Paano paghaharian ni Hesus ang mga bansa sa daigdig?

   (Pah. 19:11-15) (Aw. 2:7-9) _____

   _____

4. Pag naitatag na ni Hesus ang Kanyang trono sa daigdig, sino ang pagsasama-samahin sa harapan Niya para husgahan*? (Mt. 25:31-32) (Joel 3:1-2) _____

5. Ang mga bansang ito ay huhusgahan sa paraan kung paano nila trinato ang tukoy na uri ng mga tao. Paano isinalarawan ni Hesus ang tinukoy na uri ng mga tao.

   (1) Mt. 25:40) _____

   (2) (Joel 3:2) _____

6. Ano ang dobling gantimpala sa mga bansang gumawa ng mga kahilingan ni Hesus:

   (1) (Mt. 25:34) _____

   (2) (Mt. 25:46) _____

7. Ano ang kaparusahan ng mga bansa na hindi gumawa ng kahilingan ni Hesus? (Mt. 25:46) _____

   _____

B. ANG MGA KATUNGKULAN NG MGA MULING BINUHAY* NA MANANAMPALATAYA

8. Kung matatagalan natin ang paghihirap para kay Hesus, anong dalawang gantimpala ang maaari nilang asahan?

   (1) (Rom. 8:17) _____

   (2) (2 Tim. 2:12) _____

9. Anong katungkulan ang ipinangako ni Hesus sa mga apostoles na nanatiling tapat sa Kanya? (Mt. 19:27-28) _____
   _____

10. Sa anong uri ng mananampalataya si Hesus magbibigay ng kapangyarihan para mamahala sa mga bansang kasama Siya?

    (Pah. 2:26-27) _____

11. Ano ang dobling gantimpala ng mga mananampalataya na pinugutan ng anti-kristo dahil sa pagpapatotoo nila tungkol kay Kristo? (Pah. 20:4-5)

    (1) _____

    (2) _____

12. Si Hesus ay nagkuwento ng parabola tungkol sa lingkod na mangangasiwa ng perang bigay ng Amo nila sa kanila. (Tingnan sa Lukas 19:12-27) Ano ang gantimpala?

    (1) Sa lingkod na tumubo ng sampung ulit?

    (Lukas 19:16-17) _____
    _____

    (2) Sa lingkod na tumubo ng limang ulit?

    (Lukas 19:18-19) _____
    _____

13. Magpangalan ng dalawang lugar kung saan ang mga muling binuhay* na mananampalataya ay mamahala bilang mga hukom sa susunod na panahon.

    (1) (1 Cor. 6:2) _____

    (2) (1 Cor. 6:3) _____

C. PAUNANG TANAW NG PROPESIYA NG KAHARIHAN NG MESIAS

14. Sa anong uri ng sepro maghahari si Kristo? (Aw. 45:6) (Heb. 1:8)

_____

15. Bakit si Hesus ang binasbasan ng Diyos ng mahigit sa lahat?
    (Aw. 45:7) (Heb. 1:9) _____

16. Sa anong lugar pinili ng Panginoon para manirahan magpakailanman?
    (Aw. 132:13-14) _____

_____

17. Anong mga pangalan ibinigay sa mga lugar na kung saan ang Panginoon maghahari bilang hari? (Isa. 24:23)

    (1) (Aw. 48:1-2) _____

    (2) (Mt. 5:34-35) _____

18. Sa mga huling araw, anong bundok ang itataas na mas mataas sa mga nakapaligid na mga bundok? (Isa. 2:2) (Mic. 4:1) _____

_____

19. Sino ang dadaloy papunta sa bundok na ito? (Isa. 2:2) (Mic. 4:1)

_____

20. Ano ang ituturo ng Diyos sa mga bansang ito? (Isa. 2:3) (Mic. 4:2)

_____

21. Anong dalawang bagay ang lalabas mula sa Zion at Jerusalem?
    (Isa. 2:3) (Mic. 4:2)

    (1) _____   (2) _____

22. Pag nahusgahan na ng Mesias ang mga bansa, anong dalawang bagay ang hindi na nila gagawin? (Isa. 2:4) (Mic. 4:3)

    (1) _____

    (2) _____

23. Para sa anong espesyal na pista bawat taon pupunta ang mga bansa sa Jerusalem? (Zec. 14:16) _____

_____

24. Ang Awit 72 ay nagpapakita ng magkakaibang katangian tungkol sa paghahari ng anak ni David, ang Mesias. Halimbawa:

(1) Paano Niya paghaharian ang mga mahihirap? (beresikulo 2, 4)

_____

(2) Anong tatlong uri ng tao ang palalayain ng Mesias? (bersikulo 12)

(a) _____   (b) _____

(c) _____

(3) Anong uri ng mga tao ang dadami sa paghahari ng Mesias?

(bersikulo 7) _____

(4) Mga ano ba ang mayroong kasaganahan? (bersikulo 7)

_____

(5) Anong dalawang bagay ang gagawin ng lahat na bansa para sa Mesias?

(a) (bersikulo 11) _____

(b) (bersikulo 17) _____

25. Anong tatlong permanenting mga resulta ang tuwirang* paghahari ng Mesias? (Isa. 32:17)

(1) _____   (2) _____

(3) _____

26. Hanggang kailan tatagal ang panahon ng paghahari ni Kristo?

(Pah. 20: 4, 5) _____

27. Ano ang gagawin ni Kristo pagkatapos ng panahon ito? (1 Cor. 15:24, 28)

_____

28. Ano ang pinakahuling layunin ng Diyos sa lahat ng ito? (1 Cor. 15:28)

_____

Gawaing Pagmemorya: 2 Timoteo 2:11-12

Isulat ang bersikulong ito galing sa memorya.

_____

_____

_____

_____

HUWAG BUBUKLATIN ANG PAHINANG ITO HANGGA'T HINDI NAKOKUMPLETO ANG LAHAT NG MGA SAGOT SA ARALING ITO

MGA TAMANG SAGOT AT MARKA – ARALIN IKA-LABING SIYAM

Tanong	Sagot	Puntos
1	(1) Maghihiganti Siya sa kanila sa pamamagitan ng nagliliyab na apoy	1
	(2) Walang hanggang pagkasira na mula sa presensiya ng Panginoon at mula sa kaluwalhatian ng kapangyarihan Niya	2
2	Itatapon sila ng buhay sa lawa na apoy na nagliliyab ng asupre	1
3	Sa pamamagitan ng kamay na bakal	1
4	Lahat ng bansa	1
5	(1) Aking kapatiran	1
	(2) Aking bayan, Aking minanang Israel	2
6	(1) Mamanahin nila ang kaharian ni Kristo	1
	(2) Tatanggap sila ng buhay na walang hanggan*	1
7	Walang hanggang kaparusahan sa walang hanggang apoy na inihanda para sa diablo at sa kaniyang mga anghel:	2
8	(1) Maluluwalhati* tayo kasama Niya	1
	(2) Maghahari tayo kasama Niya	1
9	Uupo sa labing-dalawang trono habang naghuhukom sa labing-dalawang tribu ng Israel	2
10	Ang sinumang makapagtagumpay at gumawa ng gawain ni Hesus hanggang sa katapusan	2
11	(1) Maghaharing kasama ni Kristo sa loob ng isang libong taon	1
	(2) Para makasama sa unang muling pagkabuhay*	1
12	(1) Kapangyarihan mamahala sa sampung siyudad	1
	(2) Kapangyarihan mamahala sa limang siyudad	1
13	(1) Ang Mundo	1
	(2) Mga Anghel	1
14	Ang septro ng katuwiran*	1
15	Sapagkat mahal Niya ang katuwiran* at namumuhi sa kasamaan (walang batas)	2
16	Zion	1

Tanong	Sagot	Puntos
17	(1) Bundok ng Zion	1
	(2) Jerusalem	1
18	Ang bundok ng bahay ng Panginoon	1
19	Lahat ng bansa (mga tao)	1
20	Ang kanyang mga pamamaraan	1
21	(1) Ang Kautusan	1
	(2) Ang salita ng Panginoon	1
22	(1) Ang pagtaas ng kanilang mga espada laban sa ibang bansa	1
	(2) Ang pag-aral ng digmaan kailanman	1
23	Ang Pista ng mga Tabernakulo	1
24	(1) Kasama ang Hustisya	1
	(2) (a) Ang Mga nangangailangan	1
	(b) Ang mga mahihirap	1
	(c) Ang mga walang katulong	1
	(3) Ang makatuwiran*	1
	(4) Kapayapaan	1
	(5) (a) Paglingkuran Siya	1
	(b) Tawagin Siyang pinagpala	1
25	(1) Kapayapaan	1
	(2) Katahimikan	1
	(3) Kasiguruhan	1
26	Isang libong taon	1
27	Ibigay ang kaharian sa Diyos Ama at magpasakop sa Kanya	1
28	Upang ang Diyos ay maging lahat sa lahat	1

Tingnan ang iyong pang memoryang kard para sa nakasulat ng gawaing pagsasaulo.

Kung ang Gawain pagmemorya, ay perfecto sa bawat salita, 4 na puntos   8

(1 puntos ang ibawas sa bawat mali sa bersikulo. Kung mas marami sa

3 mali, huwag markahan ng puntos ang bersikulong iyon.)   _____

TOTAL   62

31 na tamang sagot = 50 %

43 na tamang sagot = 70 %

50 na tamang sagot = 80 %

(Ang numero sa pahinang ito ay tinutukoy ang mga numero sa pahina ng mga Tamang Sagot.)

1. Sa pangalawang Teslonica 1:6-10 ay ipinapakita ang kaluwalhatian at ang makapangyarihang pagparito ni Kristo. Lahat ng Kanyang mga kaaway ay magpakailanman palalayasin, subalit ang kaluwalahtian Niya ay makikita sa mga anghel na kasama Niya at sa mga mananampalatayang magsasama-samang sasalubong sa Kanya. (Ikumpara sa 1 Tesalonica 4:16-17).

2. Sa Pahayag 13 nabunyag na, habang nalalapit na ang pagtatapos ng panahong ito, ang matinding kasamaan ng tao ay mapupunta sa pamumuno ng isang tao na napakasama, ngunit makapangyarihan, na tagapamahala na inilarawan bilang "ang halimaw" (Pah. 13:11). Tinatawag din siya "ang taong makasalanan (walang batas)" (2 Tesa. 2:3), "ang anak ng kapahamakan" (b. 3) at ang "anti-kristo" (1 Juan 2:18). Susuportahan siya ng isang masamang pinuno ng reliheyon na tinawag na "huwad na propeta" (Pah. 16:13). Sila ay magsasamang sisirain ang lahat na mga tagasunod ni Hesus. (Ikumpara sa Daniel 8:23-25).

3. Ang Pahayag 19:11-15 ay nagpapakita ng pagparito ni Hesus bilang Hari at Hukom, na mayroong napakalakas na kapangyarihan at autoridad para makitungo sa lahat na kasamaan.

4-7. Ang Paghukom* sa mga bansa na inilarawan dito, ay ang magpapasya kung aling bansa ang matatanggap sa kaharian ng Panginoon at kung alin ang hindi maisasama dito. Ang batayan ng paghukom* sa kanila ay kung paano nila trinato ang mga kapatid ni Hesus, ang bayan ng Hudeo. Sinabi ni Hesus na kung ano man ang ginawa sa mga Hudeo – mabuti man o masama – ay ginawa na rin sa Kanya.

8-13. Sa pagbalik ni Hesus at pagtayo ng Kanyang kaharian, lahat ng mga mananampalataya na tapat naglingkod sa Kanya sa buhay na ito ay itataas sa posisyon ng dangal at kapangyarihan. Makikisalo sila kay Hesus sa pamamahala ng universo. (Ikumpara sa Pahayag 3:21) . Ang antas ng dangal at kapangyarihan na ini-atas sa mga mananampalataya ay katugon ng kanilang katapatan sa paglingkod kay Hesus sa panahong ito.

14-15. Ang natatanging katangian na karakter ni Kristo ay masasalamin sa Kanyang kaharian: katuwiran*. Pag walang katuwiran* ay wala ring tunay o tatagal na kapayapaan. (Ikumpara sa Roma 14:17).

16-17. Ang kaharian ng Panginoon ay magkakaroon ng pandaigdigang kapital sa Jerusalem o Zion. Ito ay isang importanting dahilan para ipagdasal natin ang kapayapaan sa Jerusalem. (Tingnan sa Awit 122:6) . Ang buong mundo ay hindi makakamit ang tunay na kapayapaan hanggat hindi naitatatag ang kapayapaan sa Jerusalem.

18. Sa ngayon, ang Bundok Zion ay mababa kaysa sa mga bundok na nakapaligid dito, subalit sa pagparito ng Panginoon, magkakaroon ng nakakayanig na geolohikal na pagbabago para maitaas ang Bundok Zion na mas mataas kaysa sa mga bundok na nakapaligid dito. (Ikumpara sa Zecarias 14:3-11).

19-23. Ang Jerusalem sa panahon iyon ay ang magiging sentro para sa pagsamba, para sa gobierno, at para sa pagtuturo ng mga gawain ng Panginoon. Ito ay magdadala ng pandaigdigang pagbaklas ng mga armas at pang matagalang kapayapaan.

24-25. Ang mga sumusunod ay mahahalagang katangian ng paghahari ni Kristo: katuwiran*; hustisya (espesyal lalo sa mga naa-api); kapayapaan; kasaganahan; pang universong pagkilala kay Kristo bilang itinalagang hari. Ang pagkakatatag ng Kanyang kaharian ay siya lamang na makatotohanang lunas sa mga problema ng karamdaman (sakit), taggutom, di-pantay na hustisya at digmaan.

26. Ang tiyak na itatagal ng paghahari ni Kristo ay binanggit ng anim na ulit sa Pahayag 20—sa mga bersikulo 2, 3, 4, 5, 6, at 7.

27-28. Ang paghahatid ng kaharian sa Diyos Ama ay tumupad sa prinsipyong binanggit sa Roma 11:36. Lahat ng bagay ay nagmula sa Diyos Ama, at lahat ng bagay ay matutunghayan ang kanilang kaganapan (katuparan) sa Kanya. Subalit, ang Ama makikitungo sa universo sa pamamagitan ng Kangyang Anak, ang Mesias.

PANGHULING PAGSURI SA PAG-SULONG

Ang iyong pananampaltaya* at pagsisikap ay ginantimpalaan! Nakumpleto mo na ang lahat na labing-siyam na mahalagang mga aralin. Ang isa na lang na natitira ay ang personal na aplikasyon nito sa iyong buhay.

Oras na para huminto muna at lumingon para tingnan kung gaano na kalayo ang iyong narating.

Nakita mo kung paano ang Salita ng Diyos at ang Banal na Espiritu, nagtatrabahong magkasama, upang bigyan ka ng lahat ng iyong mga kailangan para sa buhay na masagana sa bunga at sa matagumpay na paglilingkod sa Kanya.

Sa Aralin 4, natutunan mo ang kahalagahan at kahulugan ng bautismo sa tubig. Pagkatapos, sa Aralin 10 at 11, natutunan mo ang resposibilidad mo na kunin ang iyong tungkulin sa mahaba at kagalang-galang na pila ng mga lingkod (saksi) ng Diyos sa nagdaang mga siglo; at pati ang masaganang pagpapapala ng Diyos na ginawa Niya para sa mga materyal mong pangangailangan.

Nakita mo na kung paano ang sakripisyo ng Mesias nagbigay ng maka-Diyos na lunas para sa dalawang problema ng lahi ng tao: kasalanan at karamdaman. Natutunan mo kung paano maipatutupad itong lunas sa iyong sariling buhay at sa buhay ng iba.

Nasaliksik mo ang pangunahing plano ng kasaysayan mula sa maliit na simula kay Abraham patungo sa mga propeta at sa mga punong bayan ng Israel hanggang sa paglantad ng ipinangakong Mesias-Tagapagtubos.

Kahulihulihan, mayoon kang maikli ngunit magsiglang paunang sulyap ng mga pangyayari, kung saan magtatapos itong panahon: ang personal na pagbalik ni Hesus na may kapangyarihan at kaluwalhatian para itatag ang Kanyang kaharian sa daigdig.

Sa pag gawa mo ng lahat na ito, nasaliksik mo sa Bibliya ang mga kasagutan para sa iyong sarili sa mahigit na 650 tukoy na mga tanong. Namemorya mo rin ang dalawangput-pitong susing bersikulo ng Kasulatan.

Ang hamon ng Aralin 20 ay naghihintay ngayon sa iyo. Subalit, bago ka kumilos papunta doon, seguruhin mong gawin ito ng maingat hanggang sa Panghuling Pagbalik-aral sa susunod na pahina.

Panghuling Pagbabalik-Aral

Bago ka tumuloy sa Aralin 20, importante para sa iyo na gawin mong tiyak na kabisado ng husto ang lahat na mga materyal na nasa loob ng Aralin 17 hanggan sa 19. Makakatulong ito sa iyo para sa pinakahuling personal na aplikasyon.

Ang paraan na sinusunod sa panghuling pagbabalik-aral na ito ay kapareho din sa naunang tatlo.

Una, maingat na basahin ang lahat na tanong ng mga nauna tatlong aralin, kasama ang mga tamang sagot. Seguruhin mo na sa ngayon ay alam mo na at nauunawaan mo na ang mga tamang sagot sa bawat tanong.

Pangalawa, balik aralan ang mga bersikulo nitong huling tatlong aralin na iyong natutuhan para sa Gawain Pagmemorya.

Pangatlo, maingat na basahin ang mga sumusunod na mga tanong at pag-isipan kung paano mo sasagutan ang mga ito. Bawat tanong ay may pagkaka-ugnay ng ilang paraan sa mga materyal na napag-aralan mo na.

1. Ano ang mahahalagang bagay na dapat mong gawin para sa paghahanda ng iyong sarili sa pagbabalik ni Kristo?

2. Maglista ng sampung palatandaan sa mundo na nagpapahiwatig na malapit ng pumarito Si Kristo.

3. Ano ang tinutukoy ng "putting-puting lino, malinis at makinang" sa kasuotan ng babaing ikakasal? (Pah. 19:8). Ang iyong kasuotan ba ay handa na?

4. Sa anong mga paraan ikaw mababago sa muling pagkabuhay?

Sa wakas, isulat sa hiwalay na papel ang iyong sariling mga sagot sa mga tanong sa itaas.

* * * * *

Walang mga markang inilaan sa pinakahuling pagbabalik-aral na ito. Ang layunin nito ay matulungan kang mapagsama-sama ang lahat ng iyong mga na diskubre. Pag nakuntento ka, na ito ay nakamit, buklatin na ang pahina ng Aralin 20. Personal na Aplikasyon

Pagbabalik Aral at Personal na Aplikasyon

PANIMULA:

Ang layunin nitong panghuling aralin ay para mailagay ng maayos sa iyong isipan ang mahahalagang mga katotohanan na napag-aralan mo na.

Ang pagbabalik aral ay isang susi na bahagi ng lahat ng pag-aaral na tumatagal. Sa padahan-dahang paggawa nitong panghuling aralin, malaki ang maidadagdag mo sa mga benepisyo at pagpapala na natanggap mo na mula sa kursong ito. At saka, malalaman mo sa sarili mo kung gaano talaga ang iyong natutunan, Huwag kalimutan na gawin ang pagbabalik-aral sa gawain pagmemorya!

Panghuling Gawaing Pagmemorya: Santiago 1:25

☐   Tsekan pag namemorya na ang bersikulo.

(Balik-aralan araw-araw ang mga bersikulo sa mga naunang Aralin)

Una, maingat na basahin ang lahat na tanong ng mga naunang labing siyam na aralin, kasama ang mga tamang sagot. Seguruhin mo na sa ngayon ay alam mo na at nauunawaan ang mga tamang sagot sa bawat tanong.

Pangalawa, balik aralan ang lahat na mga bersikulo na iyong natutuhan sa Gawain Pagmemorya.

Pangatlo, isulat ang mga sagot ng mga Bahagi A at B sa ibaba.

Mga Tanong Sa Aralin

BAHAGI A:

Sa mga puwang na nasa ibaba, isulat ang apat na mahalagang katotohanan mula sa BIbliya na iyong napag-aralan mula sa kursong ito. Sa bawat kinaukulan, isama ang pinagbatayan na mga bersikulo sa Bibliya kung saan nakita ang katotohanan.

Unang Katotohanan

_____
_____
_____
_____
_____
_____

Pinagbatayan sa Bibliya

_____
_____
_____

Pangalawang Katotohanan

_____
_____
_____
_____
_____
_____

Pinagbatayan sa Bibliya

_____
_____
_____

Pangatlong Katotohanan

_____
_____
_____
_____
_____
_____

Pinagbatayan sa Bibliya

_____
_____
_____

Pang Apat na Katotohanan

_____
_____
_____
_____
_____
_____
_____

Pinagbatayan sa Bibliya

_____
_____
_____

BAHAGI B:

Sa mga puwang sa ibaba, magbigay ng maikling pagsasalarawan ng anumang importanting pagbabago na nangyari sa sariling mong buhay dahil sa araling ito ng Bibliya.

_____
_____
_____
_____
_____
_____
_____
_____
_____
_____
_____
_____
_____
_____
_____
_____
_____

PUNA: Walang puntos na ibinigay para sa bahagi ng A at B na nasa itaas.

Panghuling Gawaing Pagmemorya: Santiago 1:25

Isulat itong baersikulo na mula sa memorya.

_____
_____
_____

Tingnan ang iyong pang memoryang kard para sa nakasulat ng gawaing pagsasaulo.

Kung ang Gawain pagmemorya, ay perfecto sa bawat salita, 4 na puntos   4

(1 puntos ang ibawas sa bawat mali sa bersikulo. Kung mas marami sa

3 mali, huwag markahan ng puntos ang bersikulong iyon.)   _____

TOTAL   4

Mga Marka para sa Kurso

Isulat ang iyong mga puntos para sa bawat aralin sa puwang na nasa ibaba sa kanan-kamay na hanay. Idagdag mo ang iyong total at ikumpara ito sa mga ibinigay na batayan para sa Pasado, Mahusay, o Dalubhasa.

Aralin Bilang 1 49

Aralin Bilang 2 54

Aralin Bilang 3 38

Aralin Bilang 4 36

Aralin Bilang 5 38

Aralin Bilang 6 59

Aralin Bilang 7 49

Aralin Bilang 8 40

Aralin Bilang 9 44

Aralin Bilang 10 44

Aralin Bilang 11 47

Aralin Bilang 12 54

Aralin Bilang 13 48

Aralin Bilang 14 51

Aralin Bilang 15 61

Aralin Bilang 16 33

Aralin Bilang 17 43

Aralin Bilang 18 23

Aralin Bilang 19 62

Aralin Bilang 20 4

TOTAL **877**

PASADO	= 50% at pataas (439)
MAHUSAY	= 70% at pataas (614)
DALUBHASA	= 80% at pataas (702)

Binabati kita sa pagkumpleto mo ng Kurso!

Ngayon ay gusto mo ng saliksikin ang mga katotohanan ng Bibliya at dagdagan pa, sa pamamagitan ng maayos na paraan ng pag-aral.

Pagkatapos ng mga pahina ng Glossaryo, may makikita kang listahan ng ibat-ibang mga materyal na makakatulong sa pagtuturo ng Bibliya, kung saan, ito ay gagabay sa iyo para sa dagdag na pang-unawa sa plano ng Diyos at mga kaloob para sa iyo bilang isang Kristiyano.

Glossaryo

Adamik	nagmula kay Adan, ang unang taong
Asensiyon	papuntang itaas, espesyal na tinukoy ang pagtaas ni Hesus papunta sa langit mula sa lupa
Pag-alipusta	walang galang, abusadong mag salita
kumpisal, nagkumpisal, pagkumpisal	magsalita sa publiko
pinalaya, iniligtas	palayain, mula sa kahirapan at kasamaan
kailanman, magpakailanman	oras na magtatagal ng walang hanggan
pananampalataya	isang paniniwala, tiwala, paniniwal o kasiguruhan
Hentil	paganong nasyon, lalo na ang mga taong hindi Hudeo
iniluwalhati,niluluwalhati, niluwalhati	kumuha ng aspekto ang kadakilaan ng Diyos
pabanalin	gamit para ilarawan ang bagay na banal
walang katapusan na buhay	nabubuhay ng walang katapusan, hindi maaring mamatay
hiindi mabubulok, walang pagkabulok	hindi maaring masira o mabulok
paghukom	paggawa ng desisyon kung ang isang tao ay may kasalanan
pawalan sala	maging malaya sa akusasyon. Inihayag na makatuwiran
martir	ang mga namatay dahil sa katotohan
magbulay, pag bulay-bulay	magisip palagi o malalim tungkol sa anumang bagay
mang-api	tratuhin ang tao ng kalupitan para mawala ang kanilang kalayaan o benepisyo kagaya ng iba
propesiya, nagpropesiya	magsalita ng harapan, deretang magsalita

nagpopropesiya	mula sa Panginoon, madalas tungkol sa futuro
gantimpalaan	natanggap na bagay bilang bayad o gantimpala o bayaran
pagtubos	pinalaya dahil mayroong nagbayad ng ransom, nililigtas sa kasaamaan at sa kaparusahan ng kasalanan
remisyon (ng kasalanan)	ang pagkansela ng lahat na paghukom at obligasyon
magsisi, pagsisisi	ang pagikot pabalik; pagbabago ng kaisipan at puso kasabay ng pagbabago ng ugali
resurekyon, muling nabuhay	ang pagbalik buhay, pagbangon mula sa patay
matuwid, katuwiran	ang kalida ng pagiging tama, dahil sa kabaitan ng Diyos
kaligtasan	sagipin, iligtas, sa Skriptura kasama ang kapatawaran, paggaling, kaginhawahan, kaligtasan, kawalan ng panganib, sagipin, palayain at pagbalik sa dating kalagayan
pabanalin, pagpapabanal	ihiwalay sa iba, ihandog, gawin sagrado gawin o maging banal
patunay	katibayan, ebedensya, o kung ano ang sinasabi ninoman mula sa personal nilang karanasan para suportahan na ang kanilang pinapaniwalaan ay totoo
pagkakasala, mga nagkasala	ang paglabag ng moral na batas o pamantayan ng ugali
Zionismo	isang kilusan na nakatuon sa pagsuporta sa kabutihan ng Israel

Mga Kasulatan sa Lumang Tipan

Kinopya mula sa English-Tagalog-Bible

Aralin 1

Tanong # 3

(1) **Awit 119:89** Magpakailan man, Oh Panginoon, ang iyong salita ay natatag sa langit

(2) Awit 119:160 Ang kabuoan ng iyong salita ay katotohanan; at bawa't isa ng iyong matutuwid na kahatulan ay magpakailan man.

Tanong # 9

Job 23:12 Ako'y hindi humiwalay sa utos ng kaniyang mga labi; aking pinagyaman ang mga salita ng kaniyang bibig ng higit kay sa aking kailangang pagkain.

Tanong # 10

Jer. 15:16 Ang iyong mga salita ay nangasumpungan, at aking kinain; at ang iyong mga salita sa ganang akin ay katuwaan at kagalakan sa aking puso: sapagka't ako'y tinawag sa iyong pangalan, Oh Panginoong Dios ng mga hukbo.

Tanong # 11

Awit 119:9 Sa paano lilinisin ng isang binata ang kaniyang daan? Sa pagdinig doon ayon sa iyong salita.

Tanong # 12

Awit 119:11 Ang salita mo'y aking iningatan sa aking puso: upang huwag akong magkasala laban sa iyo.

Tanong # 16

Awit 119:105 Ang salita mo'y ilawan sa aking mga paa, at liwanag sa aking landas.

Tanong # 17

Awit 119:130 Ang bukas ng iyong mga salita ay nagbibigay ng liwanag; nagbibigay ng unawa sa walang muwang.

Tanong # 18

Kaw. 4:20-22 Anak ko, makinig ka sa aking mga salita; ikiling mo ang iyong pakinig sa aking mga sabi. ²¹ Huwag mangahiwalay sa iyong mga mata; Ingatan mo sa kaibuturan ng iyong puso. ²² Sapagka't buhay sa nangakakasumpong, at kagalingan sa buo nilang katawan.

Tanong # 19

Awit 107:20 Sinugo niya ang kaniyang salita, at pinagaling sila, at iniligtas sila sa kanilang mga ikapapahamak.

Aralin 2

Tanong # 6

Jer. 17:9 Ang puso ay magdaraya ng higit kay sa lahat na bagay, at totoong masama: sinong makaaalam?

Tanong # 7

Jer. 17:10 Akong Panginoon, ay sumisiyasat ng pagiisip, aking tinatarok ang mga puso, upang magbigay sa bawa't tao ng ayon sa kanikaniyang lakad, ayon sa bunga ng kanikaniyang mga gawain.

Mga Puna Sa Mga Tamang Sagot - Aralin 2

Puna # *19*

Isaias 59:2 Kundi pinapaghiwalay ng inyong mga kasamaan kayo at ang inyong Dios, at ang inyong mga kasalanan ay siyang nagpakubli ng kaniyang mukha sa inyo, upang siya'y huwag makinig.

Aralin 3

Tanong # 23

Kaw. 27:1 Huwag mong ipaghambog ang kinabukasan; Sapagka't hindi mo nalalaman kung ano ang ilalabas ng ibang araw.

Tanong # 26

Kaw. 28:13 Siyang nagtatakip ng kaniyang mga pagsalangsang ay hindi giginhawa: nguni't ang nagpapahayag at nagiiwan ng mga yaon ay magtatamo ng kaawaan.

Mga Puna Sa Mga Tamang Sagot - Aralin 3

Puna # *26*

Isaias 55:7 Lisanin ng masama ang kaniyang lakad, at ng liko ang kaniyang mga pagiisip; at manumbalik siya sa Panginoon, at kaaawaan niya siya; at sa aming Dios, sapagka't siya'y magpapatawad ng sagana.

Aralin 4

Tanong # 23

(1) Ex. 14:21-22 At iniunat ni Moises ang kaniyang kamay sa ibabaw ng dagat; at pinaghiwalay ng Panginoon ang dagat sa pamamagitan ng isang malakas na hanging silanganan ng buong magdamag, at ang dagat ay pinapaging tuyong lupa at ang tubig ay nahawi. [22] At ang mga anak ni Israel ay pumasok sa gitna ng dagat sa ibabaw ng tuyong lupa: at ang tubig ay naging isang kuta sa kanila, sa kanilang kanan at sa kanilang kaliwa.

(2) Gen.6 [1] At nangyari, nang magpasimula na dumami ang mga tao sa balat ng lupa, at mangagkaanak ng mga babae, [2] Na nakita ng mga anak ng Dios, na magaganda ang mga anak na babae ng mga tao; at sila'y nangagsikuha ng kanikaniyang asawa sa lahat ng kanilang pinili. [3] At sinabi ng Panginoon, Ang aking Espiritu ay hindi makikipagpunyagi sa tao magpakailan man, sapagka't siya ma'y laman: gayon ma'y magiging isang daan at dalawang pung taon ang kaniyang mga araw. [4] Ang mga higante ay nasa lupa ng mga araw na yaon, at pagkatapos din naman na makasiping ang mga anak ng Dios sa mga anak na babae ng tao, at mangagkaanak sila sa kanila: ang mga ito rin ang naging makapangyarihan nang unang panahon na mga lalaking bantog. [5] At nakita ng Panginoon na mabigat ang kasamaan ng tao sa lupa, at ang buong haka ng mga pagiisip ng kaniyang puso ay pawang masama lamang na parati. [6] At nagsisi ang Panginoon na kaniyang nilalang ang tao sa lupa, at nalumbay sa kaniyang puso. [7] At sinabi ng Panginoon, Lilipulin ko ang tao na aking nilalang sa ibabaw ng lupa; ang tao at gayon din ang hayop, at ang mga umuusad at ang mga ibon sa himpapawid; sapagka't pinagsisisihan ko na aking nilalang sila. [8] Datapuwa't si Noe ay nakasumpong ng biyaya sa mga mata ng Panginoon. [9] Ito ang mga lahi ni Noe. Si Noe ay lalaking matuwid at sakdal noong kapanahunan niya: si Noe ay lumalakad na kasama ng Dios. [10] At nagkaanak si Noe ng tatlong lalake: si Sem, si Cham, at si Japhet. [11] At sumama ang lupa sa harap ng Dios, at ang lupa ay napuno ng karahasan. [12] At tiningnan ng Dios ang lupa, at, narito sumama; sapagka't pinasama ng lahat ng tao ang kanilang paglakad sa ibabaw ng lupa. [13] At sinabi ng Dios kay Noe, Ang wakas ng lahat ng tao ay dumating sa harap ko; sapagka't ang lupa ay napuno ng karahasan dahil sa kanila; at, narito, sila'y aking lilipuling kalakip ng lupa. [14] Gumawa ka ng isang sasakyang kahoy na gofer; gagawa ka ng mga silid sa sasakyan, at iyong sisiksikan sa loob at sa labas ng sahing. [15] At ganitong paraan gagawin mo: tatlong daang siko ang haba ng sasakyan, limang pung siko ang luwang, at tatlong pung siko ang taas. [16] Gagawa ka ng isang durungawan sa sasakyan; at wawakasan mo ng isang siko sa dakong itaas; at ang pintuan ng sasakyan ay ilalagay mo sa tagiliran; gagawin mong may lapag na lalong mababa, pangalawa at pangatlo. [17] At ako, narito, ako'y magpapadagsa ng isang baha ng tubig sa ibabaw ng lupa, upang lipulin sa silong ng langit ang lahat ng laman na may hininga ng buhay; ang lahat na nasa lupa ay mangamamatay. [18] Datapuwa't pagtitibayin ko ang aking tipan sa iyo; at ikaw ay lululan sa sasakyan, ikaw, at ang iyong mga anak na lalake, at ang iyong asawa, at ang mga asawa ng iyong mga anak na kasama mo. [19] At sa bawa't nangabubuhay, sa lahat ng laman ay maglululan ka sa loob ng sasakyan ng dalawa sa bawa't uri upang maingatan silang buhay, na kasama mo; lalake at babae ang kinakailangan. [20] Sa mga ibon ayon sa kanikanilang uri, at sa mga hayop ayon sa kanikanilang uri, sa bawa't nagsisiusad, ayon sa kanikanilang uri, dalawa sa bawa't uri, ay isasama mo sa iyo, upang maingatan silang buhay. [21] At magbaon ka ng lahat na pagkain na kinakain, at imbakin mo sa iyo; at magiging pagkain mo at nila [22] Gayon ginawa ni Noe; ayon sa lahat na iniutos sa kaniya ng Dios, ay gayon ang ginawa niya.

Gen.7 [1] At sinabi ng Panginoon kay Noe, Lumulan ka at ang iyong buong sangbahayan sa sasakyan; sapagka't ikaw ay aking nakitang matuwid sa harap ko sa panahong ito. [2] Sa bawa't malinis na hayop ay kukuha ka ng tigpipito, ng lalake at ng kaniyang babae; at sa mga hayop na hindi malinis ay dalawa, ng lalake at ng kaniyang babae; [3] Gayon din naman sa mga ibon sa himpapawid tigpipito, ng lalake at ng babae; upang ingatang binhing buhay sa ibabaw ng buong lupa. [4] Sapagka't pitong araw pa, at pauulanan ko na ang ibabaw ng lupa ng apat na pung araw at apat na pung gabi, at aking lilipulin ang lahat ng may buhay na aking nilikha sa balat ng lupa. [5] At ginawa ni Noe ayon sa lahat na iniutos sa kaniya ng Panginoon. [6] At may anim na raang taon si Noe nang ang baha ng tubig ay dumagsa sa ibabaw ng lupa. [7] At lumulan sa sasakyan si Noe at ang kaniyang mga anak, at ang kaniyang asawa, at ang mga asawa ng kaniyang mga anak, dahil sa tubig ng baha. [8] Sa mga hayop na malinis, at sa mga hayop na hindi malinis, at sa mga ibon at sa bawa't umuusad sa ibabaw ng lupa, [9] Ay dalawa't dalawang dumating kay Noe sa sasakyan, na lalake at babae ayon sa iniutos ng Dios kay Noe. [10] At nangyari na pagkaraan ng pitong araw, na ang tubig ng baha ay umapaw sa ibabaw ng lupa [11] Sa ikaanim na raang taon ng buhay ni Noe, nang ikalawang buwan, sa ikalabing pitong araw ng buwan, nang araw ding yaon, ay nangasira ang lahat ng bukal ng lubhang kalaliman, at ang mga durungawan ng langit ay nabuksan. [12] At umulan sa ibabaw ng lupa ng apat na pung araw at apat na pung gabi. [13] Nang araw ding yaon, ay lumulan sa sasakyan si Noe, at si Sem, at si Cham, at si Japhet, na mga anak ni Noe, at ang asawa ni Noe, at ang tatlong asawa ng kaniyang mga anak na kasama nila; [14] Sila, at ang bawa't hayop gubat ayon sa kanikanilang uri, at lahat ng hayop na maamo ayon sa kanikanilang uri, at bawa't umuusad sa ibabaw ng lupa ayon sa kanikanilang uri, at bawa't ibon ayon sa kanikanilang uri, lahat ng sarisaring ibon. [15] At nagsidating kay Noe sa sasakyan na dalawa't dalawa, ang lahat ng hayop na may hinga ng buhay. [16] At ang mga nagsilulan, ay lumulang lalake at babae, ng lahat na laman, gaya ng iniutos sa kaniya ng Dios: at kinulong siya ng Panginoon. [17] At tumagal ang baha ng apat na pung araw sa ibabaw ng lupa; at lumaki ang tubig at lumutang ang sasakyan, at nataas sa ibabaw ng lupa. [18] At dumagsa ang tubig at lumaking mainam sa ibabaw ng lupa; at lumutang ang sasakyan sa ibabaw ng tubig. [19] At dumagsang lubha ang tubig sa ibabaw ng lupa: at inapawan ang lahat na mataas na bundok na nasa silong ng buong langit. [20] Labing limang siko ang lalim na idinagsa ng tubig; at inapawan ang mga bundok. [21] At namatay ang lahat ng lamang gumagalaw sa ibabaw ng lupa, ang mga ibon at gayon din ang hayop, at ang hayop gubat, at ang bawa't nagsisiusad na umuusad sa ibabaw ng lupa, at ang bawa't tao. [22] Ang bawa't may hinga ng diwa ng buhay sa kanilang ilong, lahat na nasa lupang tuyo ay namatay. [23] At nilipol ang bawa't may buhay na nasa ibabaw ng lupa, ang tao at gayon din ang hayop, at ang mga umuusad at ang mga ibon sa himpapawid; at sila'y nalipol sa lupa: at ang natira lamang, ay si Noe at ang mga kasama niya sa sasakyan. [24] At tumagal ang tubig sa ibabaw ng lupa, ng isang daan at limang pung araw.

Aralin 7

Tanong # 2

Kaw. 15:8 Ang hain ng masama ay kasuklamsuklam sa Panginoon: nguni't ang dalangin ng matuwid ay kaniyang kaluguran.

Tanong # 6

Awit 100:4 Magsipasok kayo sa kaniyang mga pintuang-daan na may pagpapasalamat, at sa kaniyang looban na may pagpupuri: mangagpasalamat kayo sa kaniya, at purihin ninyo ang kaniyang pangalan.

Tanong # 10

(1) **Awit 66:18** Kung pinakundanganan ko ang kasamaan sa aking puso, hindi ako didinggin ng Panginoon:

Tanong # 17

Awit 5:3 Oh Panginoon, sa kinaumagaha'y didinggin mo ang aking tinig; sa kinaumagahan ay aayusin ko ang aking dalangin sa iyo, at magbabantay ako.

Tanong # 18

Isaias 55:7 Lisanin ng masama ang kaniyang lakad, at ng liko ang kaniyang mga pagiisip; at manumbalik siya sa Panginoon, at kaaawaan niya siya; at sa aming Dios, sapagka't siya'y magpapatawad ng sagana.

Aralin 8

Tanong # 2

Gen. 3:14-19 At sinabi ng Panginoong Dios sa ahas, Sapagka't ginawa mo ito, ay sumpain ka ng higit sa lahat ng hayop, at ng higit sa bawa't ganid sa parang; ang iyong tiyan ang ilalakad mo, at alabok ang iyong kakanin sa lahat ng mga araw ng iyong buhay: ^{15} At papagaalitin ko ikaw at ang babae, at ang iyong binhi at ang kaniyang binhi: ito ang dudurog ng iyong ulo, at ikaw ang dudurog ng kaniyang sakong. ^{16} Sinabi niya sa babae, Pararamihin kong lubha ang iyong kalumbayan at ang iyong paglilihi; manganganak kang may kahirapan; at sa iyong asawa ay pahihinuhod ang iyong kalooban, at siya'y papapanginoon sa iyo. ^{17} At kay Adam ay sinabi, Sapagka't iyong dininig ang tinig ng iyong asawa, at kumain ka ng bunga ng punong kahoy na aking iniutos sa iyo na sinabi, Huwag kang kakain niyaon; sumpain ang lupa dahil sa iyo; kakain ka sa kaniya sa pamamagitan ng iyong pagpapagal sa lahat ng mga araw ng iyong buhay; ^{18} Ang isisibol niyaon sa iyo ay mga tinik at mga dawag; at kakain ka ng pananim sa parang; ^{19} Sa pawis ng iyong mukha ay kakain ka ng tinapay, hanggang sa ikaw ay mauwi sa lupa; sapagka't diyan ka kinuha: sapagka't ikaw ay alabok at sa alabok ka uuwi.

Tanong # 3

Job. 2:7 Sa gayo'y umalis si Satanas mula sa harapan ng Panginoon, at pinasibulan si Job ng mga masamang bukol na mula sa talampakan ng kaniyang paa hanggang sa kaniyang puyo.

Tanong # 6

Exo. 15:26 At sinabi, Kung iyong didinggin ng buong sikap ang tinig ng Panginoon mong Dios, at iyong gagawin ang matuwid sa kaniyang mga mata, at iyong didinggin ang kaniyang mga utos, at iyong gaganapin ang lahat niyang mga palatuntunan ay wala akong ilalagay na karamdaman sa iyo, na gaya ng inilagay ko sa mga Egipcio: sapagka't ako ang Panginoon na nagpapagaling sa iyo.

Tanong # 7

Exo. 23:25 At inyong paglilingkuran ang Panginoon ninyong Dios, at kaniyang babasbasan ang iyong tinapay at ang iyong tubig; at aking aalisin ang sakit sa gitna mo.

Tanong # 8

Deut. 7:15 At ilalayo sa iyo ng Panginoon ang lahat ng sakit: at wala siyang ihuhulog sa inyo sa masamang sakit sa Egipto, na iyong nalalaman, kundi ihuhulog niya sa lahat ng nangapopoot sa iyo.

Tanong # 9

Awit 103:3 Na siyang nagpapatawad ng iyong lahat na mga kasamaan; na siyang nagpapagaling ng iyong lahat na mga sakit;

Tanong # 19

Mal. 3:6 Sapagka't ako, ang Panginoon, ay hindi nababago, kaya't kayo, Oh mga anak na lalake ni Jacob ay hindi nangauubos.

Tanong # 25

Deut. 28:15 Nguni't mangyayari, na kung hindi mo didinggin ang tinig ng Panginoon mong Dios, na isasagawa ang lahat ng kaniyang mga utos at ang kaniyang palatuntunan na aking iniuutos sa iyo sa araw na ito, na ang lahat ng sumpang ito ay darating sa iyo at aabot sa iyo.

b. 21-22 Ikakapit sa iyo ng Panginoon ang salot hanggang sa maubos ka sa lupa, na iyong pinapasok upang ariin. ^{22} Sasalutin ka ng Panginoon ng sakit na tuyo, at ng lagnat, at ng pamamaga, at ng nagaapoy na init, at ng tabak, at ng salot ng hangin, at ng sakit sa pagani; at kanilang hahabulin ka hanggang sa ikaw ay malipol.

b. 27-28 Sasalutin ka ng Panginoon ng bukol sa Egipto, at ng mga grano, at ng kati, at ng galis, na hindi mapagagaling. ^{28} Sasaktan ka ng Panginoon ng pagkaulol, at ng pagkabulag, at ng pagkagulat ng puso;

b. 35 Sasaktan ka ng Panginoon sa mga tuhod at sa mga hita, ng isang masamang bukol na hindi mo mapagagaling, mula sa talampakan ng iyong paa hanggang sa bao ng iyong ulo.

b. 59-61 Kung magkagayo'y gagawin ng Panginoon na kamanghamangha ang salot sa iyo, at ang salot sa iyong binhi, malaking salot, at totoong malaon, at kakilakilabot na sakit, at totoong malaon. ^{60} At kaniyang pararatingin uli sa iyo ang lahat ng mga sakit sa Egipto, na iyong kinatakutan at kakapit sa iyo. ^{61} Bawa't sakit din naman, at bawa't salot, na hindi nasusulat sa aklat ng kautusang ito'y pararatingin nga sa iyo ng Panginoon, hanggang sa ikaw ay maibuwal.

Tanong # 26

Deut. 30:19 Aking tinatawag ang langit at ang lupa na pinakasaksi laban sa inyo sa araw na ito, na aking ilagay sa harap mo ang buhay at ang kamatayan, ang pagpapala at ang sumpa; kaya't piliin mo ang buhay, upang ikaw ay mabuhay, ikaw at ang iyong binhi

Mga Puna Sa Mga Tamang Sagot - Aralin 8

Puna # *6*

Exo. 15:26 At sinabi, Kung iyong didinggin ng buong sikap ang tinig ng

Panginoon mong Dios, at iyong gagawin ang matuwid sa kaniyang mga mata, at iyong didinggin ang kaniyang mga utos, at iyong gaganapin ang lahat niyang mga palatuntunan ay wala akong ilalagay na karamdaman sa iyo, na gaya ng inilagay ko sa mga Egipcio: sapagka't ako ang Panginoon na nagpapagaling sa iyo.

Puna # *9*

Awit. 103:3 Na siyang nagpapatawad ng iyong lahat na mga kasamaan; na siyang nagpapagaling ng iyong lahat na mga sakit;

Puna # *21*

Isaias 53:4-5 Tunay na kaniyang dinala ang ating mga karamdaman, at dinala ang ating mga kapanglawan; gayon ma'y ating pinalagay siya na hinampas, sinaktan ng Dios, at dinalamhati. [5] Nguni't siya'y nasugatan dahil sa ating mga pagsalangsang, siya'y nabugbog dahil sa ating mga kasamaan, ang parusa ng tungkol sa ating kapayapaan ay nasa kaniya; at sa pamamagitan ng kaniyang mga latay ay nagsigaling tayo.

Puna # *24*

Deut. 28:15-68 Nguni't mangyayari, na kung hindi mo didinggin ang tinig ng Panginoon mong Dios, na isasagawa ang lahat ng kaniyang mga utos at ang kaniyang palatuntunan na aking iniuutos sa iyo sa araw na ito, na ang lahat ng sumpang ito ay darating sa iyo at aabot sa iyo. [16] Susumpain ka sa bayan, at susumpain ka sa parang. [17] Susumpain ang iyong buslo at ang iyong palayok. [18] Susumpain ang bunga ng iyong katawan, at ang bunga ng iyong lupa, ang karagdagan ng iyong bakahan at ang mga anak ng iyong kawan. [19] Susumpain ka sa iyong pagpasok, at susumpain ka sa iyong paglabas. [20] Ibubugso ng Panginoon sa iyo ang sumpa, ang kalituhan, at ang saway, sa lahat ng pagpapatungan ng iyong kamay na iyong gagawin, hanggang sa ikaw ay mabuwal, at hanggang sa ikaw ay malipol na madali; dahil sa kasamaan ng iyong mga gawa, na sa gayo'y pinabayaan mo ako. [21] Ikakapit sa iyo ng Panginoon ang salot hanggang sa maubos ka sa lupa, na iyong pinapasok upang ariin. [22] Sasalutin ka ng Panginoon ng sakit na tuyo, at ng lagnat, at ng pamamaga, at ng nagaapoy na init, at ng tabak, at ng salot ng hangin, at ng sakit sa pagani; at kanilang hahabulin ka hanggang sa ikaw ay malipol. [23] At ang iyong langit na nasa itaas ng iyong ulo, ay magiging tanso, at ang lupa na nasa ilalim mo ay magiging bakal. [24] Ang ipauulan ng Panginoon sa iyong lupa ay abo at alabok; mula sa langit ay bababa sa iyo, hanggang sa ikaw ay magiba. [25] Pasasaktan ka ng Panginoon sa harap ng iyong mga kaaway; ikaw ay lalabas sa isang daan laban sa kanila, at tatakas sa pitong daan sa harap nila: at ikaw ay papagpaparoo't parituhin sa lahat ng mga kaharian sa lupa. [26] At ang iyong bangkay ay magiging pagkain sa lahat ng mga ibon sa himpapawid, at sa mga hayop sa lupa; at walang taong bubugaw sa kanila. [27] Sasalutin ka ng Panginoon ng bukol sa Egipto, at ng mga grano, at ng kati, at ng galis, na hindi mapagagaling. [28] Sasaktan ka ng Panginoon ng pagkaulol, at ng pagkabulag, at ng pagkagulat ng puso; [29] At ikaw ay magaapuhap sa katanghaliang tapat na gaya ng bulag na nagaapuhap sa kadiliman, at hindi ka giginhawa sa iyong mga lakad: at ikaw ay mapipighati at sasamsaman kailan man, at walang taong magliligtas sa iyo. [30] Ikaw ay magaasawa, at ibang lalake ang sisiping sa kaniya: ikaw ay magtatayo ng isang bahay, at hindi mo tatahanan: ikaw ay maguubasan, at hindi mo mapapakinabangan ang bunga niyaon. [31] Ang iyong baka ay papatayin sa harap ng iyong mga mata, at hindi mo makakain yaon; ang iyong asno ay aagawin sa harap ng iyong mukha, at hindi na masasauli sa iyo: ang iyong tupa ay mabibigay sa iyong mga kaaway, at walang magliligtas sa iyo. [32] Ang iyong mga anak na lalake at babae ay magbibigay sa ibang bayan; at ang iyong mga mata ay titingin, at mangangalay ng paghihintay sa kanila sa buong araw: at ang iyong kamay ay walang magagawa. [33] Ang bunga ng iyong lupa, at lahat ng iyong gawa ay kakanin ng bansang di mo nakikilala; at ikaw ay mapipighati at magigigip na palagi: [34] Na anopa't ikaw ay mauulol dahil sa makikita ng paningin ng iyong mga mata. [35] Sasaktan ka ng Panginoon sa mga tuhod at sa mga hita, ng isang masamang bukol na hindi mo mapagagaling, mula sa talampakan ng iyong paa hanggang sa bao ng iyong ulo. [36] Dadalhin ka ng Panginoon, at ang iyong haring ilalagay mo sa iyo, sa isang bansang hindi mo nakilala, ninyo ng iyong mga magulang at doo'y maglilingkod ka sa ibang mga dios, na kahoy at bato. [37] At ikaw ay magiging isang kamanghaan, isang kawikaan, at isang kabiruan sa lahat ng bayang pagdadalhan sa iyo ng Panginoon. [38] Kukuha ka ng maraming binhi sa bukid, at kaunti ang iyong titipunin; sapagka't uubusin ng balang. [39] Ikaw ay maguubasan at iyong aalagaan, nguni't ni hindi ka iinom ng alak, ni mamimitas ng ubas; sapagka't kakanin yaon ng uod. [40] Magkakaroon ka ng mga puno ng olibo sa lahat ng iyong mga hangganan, nguni't hindi ka magpapahid ng langis; sapagka't ang iyong olibo ay malalagasan ng buko. [41] Ikaw ay magkakaanak ng mga lalake at mga babae, nguni't sila'y hindi magiging iyo; sapagka't sila'y yayaon sa pagkabihag. [42] Lahat ng iyong puno ng kahoy at bunga ng iyong lupa ay aariin ng balang. [43] Ang taga ibang lupa na nasa gitna mo ay tataas ng higit at higit sa iyo, at ikaw ay pababa ng pababa ng pababa. [44] Siya'y magpapahiram sa iyo, at ikaw ay hindi makapagpapahiram sa kaniya: siya'y magiging ulo, at ikaw ay magiging buntot. [45] At lahat ng mga sumpang ito ay darating sa iyo at hahabulin ka, at aabutan ka, hanggang sa magiba ka; sapagka't hindi mo dininig ang tinig ng Panginoon mong Dios, upang tuparin ang kaniyang mga utos at ang kaniyang mga palatuntunan na kaniyang iniutos sa iyo: [46] At ang mga yao'y magiging isang tanda at isang kababalaghan sa iyo, at sa iyong lahi magpakailan man: [47] Sapagka't hindi ka naglingkod sa Panginoon mong Dios na may kagalakan, at may kasayahan ng puso, dahil sa kasaganaan ng lahat ng mga bagay:[48] Kaya't maglilingkod ka sa iyong mga kaaway na susuguin ng Panginoon laban sa iyo, na may gutom, at uhaw, at kahubaran, at sa kakulangan ng lahat ng mga bagay: at lalagyan ka niya ng isang pamatok na bakal sa iyong leeg hanggang sa maibuwal ka niya. [49] Magdadala ang Panginoon ng isang bansang laban sa iyo mula sa malayo, mula sa katapusan ng lupa, na gaya ng lumilipad ang aguila; isang bansang ang wika'y hindi mo nababatid; [50] Bansang mukhang mabangis, na hindi igagalang ang pagkatao ng matanda, ni magpapakundangan sa bata: [51] At kaniyang kakanin ang anak ng iyong hayop at ang bunga ng iyong lupa, hanggang sa maibuwal ka; na wala ring matitira sa iyong trigo, alak, o langis, ng karagdagan ng iyong bakahan, o ng anak ng iyong kawan, hanggang sa ikaw ay maipalipol. [52] At kaniyang kukubkubin ka sa lahat ng iyong mga pintuang-daan, hanggang sa ang iyong mataas at nakababakod na kuta ay malagpak, na siyang iyong inaasahan, sa iyong buong lupain; at kaniyang kukubkubin ka sa lahat ng iyong mga pintuang-bayan sa iyong buong lupain, na ibinibigay sa iyo ng Panginoon mong Dios. [53] At kakain ka ng bunga ng iyong sariling katawan, ng laman ng iyong mga anak na lalake at babae, na ibinigay sa iyo ng Panginoon mong Dios, sa pagkakubkob at sa kagipitan, na igigipit sa iyo ng iyong mga kaaway. [54] Ang lalaking mahabagin sa gitna mo, at totoong maramdamin, ay magiging masama ang kaniyang mata sa kaniyang kapatid, at sa asawa ng kaniyang sinapupunan, at sa labis sa kaniyang mga anak na ititira: [55] Na anopa't hindi niya ibibigay sa kaninoman sa kanila ang laman ng kaniyang mga anak na kaniyang kakanin, sapagka't walang natira sa kaniya, sa pagkubkob at sa kagipitan na igigipit sa iyo ng iyong mga kaaway sa lahat ng iyong mga pintuang-bayan. [56] Ang mahabagin at maramdaming babae sa gitna mo, na hindi pa natitikmang itungtong ang talampakan ng kaniyang paa sa lupa dahil sa kahinhinan at pagkamahabagin, ay magiging masama ang kaniyang mata sa asawa ng kaniyang sinapupunan, at sa kaniyang anak na lalake, at babae; [57] At sa kaniyang sanggol na lumalabas sa pagitan ng kaniyang mga paa at sa kaniyang mga anak na kaniyang ipanganganak; sapagka't kaniyang kakanin ng lihim sila dahil sa kakulangan ng lahat ng mga bagay, sa pagkubkob at sa kagipitan, na igigipit sa iyo ng iyong mga kaaway sa iyong mga pintuang-bayan. [58] Kung hindi mo isasagawa ang lahat ng mga salita ng kautusang ito na nasusulat sa aklat na ito, upang ikaw ay matakot dito sa maluwalhati at kakilakilabot na pangalang, Ang Panginoon Mong Dios. [59] Kung magkagayo'y gagawin ng Panginoon na kamanghamangha ang salot sa iyo,at ang salot sa iyong binhi, malaking salot, at totoong malaon, at kakilakilabot na sakit, at totoong malaon. [60] At kaniyang pararatingin uli sa iyo ang lahat ng mga sakit sa Egipto, na iyong kinatakutan at kakapit sa iyo. [61] Bawa't sakit din naman, at bawa't salot, na hindi nasusulat sa aklat ng kautusang ito'y pararatingin nga sa iyo ng Panginoon, hanggang sa ikaw ay maibuwal.[62] At kayo'y malalabing kaunti sa bilang, pagkatapos na kayo'y naging gaya ng mga bituin sa langit sa karamihan; sapagka't hindi ninyo dininig ang tinig ng Panginoon mong Dios. [63] At mangyayari, na kung paanong ang Panginoon ay nagagalak sa inyo na gawin kayong mabuti at paramihin kayo: ay gayon magagalak ang Panginoon sa inyo na ipalipol kayo, at ibuwal kayo; at kayo'y palalayasin sa lupa na inyong pinapasok upang ariin. [64] At pangangalatin ka ng Panginoon sa lahat ng mga bayan, mula sa isang dulo ng lupa hanggang sa kabilang dulo ng lupa; at doo'y maglilingkod ka sa ibang mga dios, na hindi mo nakilala, ninyo ng inyong mga magulang, sa makatuwid baga'y sa mga dios na kahoy at bato. [65] At sa gitna ng mga bansang ito ay hindi ka makakasumpong ng ginhawa, at mawawalan ng kapahingahan ang talampakan ng iyong paa: kundi bibigyan ka ng Panginoon doon ng sikdo ng puso, at pangangalumata, at panglalambot ng kaluluwa: [66] At ang iyong buhay ay mabibitin sa pagaalinglangan sa harap mo; at ikaw ay matatakot gabi't araw, at mawawalan ng katiwalaan ang iyong buhay. [67] Sa kinaumagaha'y iyong sasabihin, Kahi manawari ay gumabi na! at sa kinagabiha'y iyong sasabihin, Kahi manawari ay umumaga na! dahil sa takot ng iyong puso na iyong ikatatakot, at dahil sa paningin ng iyong mga mata na iyong ikakikita. [68] At pababalikin ka ng Panginoon sa Egipto sa pamamagitan ng sasakyan, sa daan na aking sinabi sa iyo, Hindi mo na uli makikita; at doo'y pabibili kayo sa inyong mga kaaway na pinaka aliping lalake, at babae, at walang taong bibili sa inyo.

Aralin 9

Tanong # 27

Awit 107:20 Sinugo niya ang kaniyang salita, at pinagaling sila, at iniligtas sila sa kanilang mga ikapapahamak.

Tanong # 28

Kaw. 4:20-22 Anak ko, makinig ka sa aking mga salita; ikiling mo ang iyong pakinig sa aking mga sabi. [21] Huwag mangahiwalay sa iyongmga mata; Ingatan mo sa kaibuturan ng iyong puso. [22] Sapagka't buhay sa nangakakasumpong, at kagalingan sa buo nilang katawan.

Mga Puna Sa Mga Tamang Sagot - Aralin 9

Puna # *27*

Awit 33:6 Sa pamamagitan ng salita ng Panginoon ay nayari ang mga langit; at lahat ng natatanaw roon ay sa pamamagitan ng hinga ng kaniyang bibig.

Puna # # *28*

Kaw. 4:20-22 Anak ko, makinig ka sa aking mga salita; ikiling mo ang iyong pakinig sa aking mga sabi. [21] Huwag mangahiwalay sa iyong mga mata;

Ingatan mo sa kaibuturan ng iyong puso. [22] Sapagka't buhay sa nangakakasumpong, at kagalingan sa buo nilang katawan.

Aralin 10

Tanong # 7

> **Kaw. 14:25** Ang tapat na saksi ay nagliligtas ng mga tao: nguni't siyang nagsasalita ng mga kasinungalingan ay nagdaraya.

Tanong # 8

> **Kaw. 11:30** Ang bunga ng matuwid ay punong kahoy ng buhay; at siyang pantas ay humihikayat ng mga kaluluwa.

Tanong # 15

> **Kaw. 29:25** Ang pagkatakot sa tao ay nagdadala ng silo: nguni't ang naglalagak ng kaniyang tiwala sa Panginoon ay maliligtas

Tanong # 20

> **Eze. 3:17** Anak ng tao, ginawa kitang bantay sa sangbahayan ni Israel: kaya't pakinggan mo ang salita sa aking bibig, at ipanguna mo sa kanila sa ganang akin.

Tanong # 21

> **Eze. 3:18** Pagka aking sinabi sa masama, Ikaw ay walang pagsalang mamamatay; at hindi mo pinagpaunahan siya, o nagsasalita ka man upang hikayatin ang masama mula sa kaniyang masamang lakad, upang iligtas ang kaniyang buhay; ang gayong masamang tao ay mamamatay sa kaniyang kasamaan; nguni't ang kaniyang dugo ay aking sisiyasatin sa iyong kamay.

Aralin 11

Tanong # 1

> **Gen. 14:19-20** At binasbasan niya siya na sinabi, Pagpalain si Abram ng Kataastaasang Dios, na may-ari ng langit at ng lupa: [20] At purihin ang Kataastaasang Dios, na nagbigay ng iyong mga kaaway sa iyong kamay. At binigyan siya ni Abram ng ikasangpung bahagi ng buong samsam.

Tanong # 2

> **Gen. 24:1** At si Abraham ay matanda na, at lipas na sa panahon: at pinagpala ng Panginoon si Abraham sa lahat ng mga bagay.

Tanong # 3

> **Gen. 28:20** At si Jacob ay nagpanata, na sinasabi, Kung sasaakin ang Dios, at ako'y iingatan sa daang ito na aking nilalakaran, at ako'y bibigyan ng tinapay na makakain, at damit na maisusuot.

Tanong # 4

Gen. 28:22 At ang batong ito na aking itinayo na pinakaalaala ay magiging bahay ng Dios; at sa lahat ng ibigay mo sa akin ay walang pagsalang ang ikasangpung bahagi ay ibibigay ko sa iyo.

Tanong # 5

Gen. 33:11 Tanggapin mo, ipinamamanhik ko sa iyo, ang kaloob na dala sa iyo; sapagka't ipinagkaloob sa akin ng Dios, at mayroon ako ng lahat. At ipinilit sa kaniya, at kaniyang tinanggap.

Tanong # 6

Gen. 39:2 At ang Panginoon ay suma kay Jose, at naging lalaking mapalad; at siya'y nasa bahay ng kaniyang panginoong taga Egipto.

Tanong # 7

Gen. 39:2 At ang Panginoon ay suma kay Jose, at naging lalaking mapalad; at siya'y nasa bahay ng kaniyang panginoong taga Egipto.

b. 23 Hindi tinitingnan ng katiwala ng bilangguan ang anomang bagay na nasa kaniyang kamay, sapagka't ang Panginoo'y suma kay Jose; at ang kaniyang ginagawa ay pinagpapala ng Panginoon.

Tanong # 8

Josue 1:8 Ang aklat na ito ng kautusan ay huwag mahihiwalay sa iyong bibig, kundi iyong pagbubulayan araw at gabi, upang iyong masunod na gawin ang ayon sa lahat na nakasulat dito: sapagka't kung magkagayo'y iyong pagiginhawahin ang iyong lakad, at kung magkagayo'y magtatamo ka ng mabuting kawakasan.

Tanong # 9

Josue 1:8 Ang aklat na ito ng kautusan ay huwag mahihiwalay sa iyong bibig, kundi iyong pagbubulayan araw at gabi, upang iyong masunod na gawin ang ayon sa lahat na nakasulat dito: sapagka't kung magkagayo'y iyong pagiginhawahin ang iyong lakad, at kung magkagayo'y magtatamo ka ng mabuting kawakasan.

Tanong # 10

1 Cro. 22:13 Kung magkagayo'y giginhawa ka, kung isasagawa mo ang mga palatuntunan at ang mga kahatulan na ibinilin ng Panginoon kay Moises tungkol sa Israel: ikaw ay magpakalakas at magpakatapang; huwag kang matakot o manglupaypay man.

Tanong # 11

2 Cro. 26:5 Bukod dito'y pinisan ni Amasias ang Juda, at iniutos sa kanila ang ayon sa mga sangbahayan ng kanilang mga magulang, sa kapangyarihan ng mga pinunong kawal ng lilibuhin at ng mga pinunong kawal ng dadaanin, sa makatuwid baga'y ang buong Juda at Benjamin: at kaniyang binilang sila mula sa dalawangpung taong gulang na patanda, at nasumpungan niya silang tatlong daang libong piling lalake, na makalalabas sa pakikipagdigma, na makahahawak ng sibat at kalasag.

Tanong # 12

2 Cro. 31:21 At sa bawa't gawain na kaniyang pinasimulan sa paglilingkod sa bahay ng Dios, at sa kautusan at sa mga utos, upang hanapin ang kaniyang Dios, kaniyang ginawa ng buong puso niya, at guminhawa.

2 Cro. 32:30 Ang Ezechias ding ito ang nagpatigil ng pinakamataas na bukal ng tubig sa Gihon, at ibinabang tuloy sa dakong kalunuran ng bayan ni David. At si Ezechias ay guminhawa sa lahat ng kaniyang mga gawa.

Tanong # 13

Awit 1:3 At siya'y magiging parang punong kahoy na itinanim sa siping ng mga agos ng tubig, na nagbubunga sa kaniyang kapanahunan, ang kaniyang dahon nama'y hindi malalanta; at anumang kaniyang gawin ay giginhawa.

(a) Awit 1:1 Mapalad ang tao na hindi lumalakad sa payo ng masama, ni tumatayo man sa daan ng mga makasalanan, ni nauupo man sa upuan ng mga manglilibak.

(b) Awit 1:2 Kundi ang kaniyang kasayahan ay nasa kautusan ng Panginoon; at sa kautusan niya nagbubulaybulay siya araw at gabi.

Tanong # 14

Mal. 3:8 Nanakawan baga ng tao ang Dios? gayon ma'y ninanakaw ninyo ako. Nguni't inyong sinasabi, Sa ano ka namin ninakawan? Sa mga ikasangpung bahagi at sa mga handog.

Tanong # 15

Mal. 3:9 Kayo'y nangagsumpa ng sumpa sapagka't inyo akong ninakawan, sa makatuwid baga'y nitong buong bansa.

Tanong # 16

Mal. 3:10 Dalhin ninyo ang buong ikasangpung bahagi sa kamalig, upang magkaroon ng pagkain sa aking bahay, at subukin ninyo ako ngayon sa bagay na ito, sabi ng Panginoon ng mga hukbo, kung hindi ko bubuksan sa inyo ang mga dungawan sa langit, at ihuhulog ko sa inyo ang isang pagpapala, na walang sapat na silid na kalalagyan.

Tanong # 17

Mal. 3:10 Dalhin ninyo ang buong ikasangpung bahagi sa kamalig, upang magkaroon ng pagkain sa aking bahay, at subukin ninyo ako ngayon sa bagay na ito, sabi ng Panginoon ng mga hukbo, kung hindi ko bubuksan sa inyo ang mga dungawan sa langit, at ihuhulog ko sa inyo ang isang pagpapala, na walang sapat na silid na kalalagyan.

Tanong # 26

Awit 84:11 Sapagka't ang Panginoong Dios ay araw at kalasag: ang Panginoo'y magbibigay ng biyaya at kaluwalhatian: hindi siya magkakait ng anomang mabuting bagay sa nagsisilakad ng matuwid.

Tanong # 27

Awit 34:10 Ang mga batang leon ay kinakapos at nagtitiis ng gutom. Nguni't silang nagsisihanap sa Panginoon ay hindi kukulangin ng anomang mabuting bagay.

Tanong # 28

Awit 35:27 Magsihiyaw nawa ng kagalakan, at mangasayahan, ang nagsisilingap ng aking katuwiran: Oo, mangagsabi nawa silang palagi: Dakilain ang Panginoon, na nalulugod sa kaginhawahan ng kaniyang lingkod.

Mga Puna Sa Mga Tamang Sagot - Aralin 12

Puna # *1-5*

Gen. 32:10 Hindi ako marapat sa kababababaan ng lahat ng kaawaan, at ng buong katotohanan na iyong ipinakita sa iyong lingkod: sapagka't dala ko ang aking tungkod, na dinaanan ko ang Jordang ito; at ngayo'y naging dalawang pulutong ako.

Puna # *13*

Awit 1:1-3 Mapalad ang tao na hindi lumalakad sa payo ng masama, ni tumatayo man sa daan ng mga makasalanan, ni nauupo man sa upuan ng mga manglilibak. [2] Kundi ang kaniyang kasayahan ay nasa kautusan ng Panginoon; at sa kautusan niya nagbubulaybulay siya araw at gabi. [3] At siya'y magiging parang punong kahoy na itinanim sa siping ng mga agos ng tubig, na nagbubunga sa kaniyang kapanahunan, ang kaniyang dahon nama'y hindi malalanta; at anumang kaniyang gawin ay giginhawa.

Aralin 12

Panimula/ Gawaing Pagsaulo

Exo. 19:5-6 Kaya't ngayon, kung tunay na inyong susundin ang aking tinig, at iingatan ang aking tipan, ay magiging isang tanging kayamanan nga kayo sa akin, na higit sa lahat ng bayan: sapagka't ang buong lupa ay akin; [6] At kayo'y magiging isang kaharian ng mga saserdote sa akin, at isang banal na bansa. Ito ang mga salita na inyong sasalitaan sa mga anak ni Israel.

Tanong # 1

Gen. 12:3 At pagpapalain ko ang mga magpapala sa iyo, at susumpain ko ang mga susumpa sa iyo: at pagpapalain sa iyo ang lahat ng angkan sa lupa.

Tanong # 2

Gen. 15:6 At sumampalataya siya sa Panginoon; at ito'y ibinilang na katuwiran sa kaniya.

Tanong # 3

Gen. 17:4-5 Tungkol sa akin, narito, ang aking tipan ay sumasaiyo, at ikaw ang magiging ama ng maraming bansa. [5] At hindi na tatawagin ang pangalan mong Abram, kundi Abraham ang magiging iyong pangalan; sapagka't ikaw ay ginawa kong ama ng maraming bansa

Tanong # 4

Gen. 17:7 At aking papagtitibayin ang aking tipan sa iyo at sa iyong binhi pagkamatay mo sa buong kalahian nila, na tipang walang hanggan, na ako'y magiging iyong Dios, at ng iyong binhi, pagkamatay mo.

Tanong # 5

Gen. 17:7 At aking papagtitibayin ang aking tipan sa iyo at sa iyong binhi pagkamatay mo sa buong kalahian nila, na tipang walang hanggan, na ako'y magiging iyong Dios, at ng iyong binhi, pagkamatay mo.

Tanong # 6

Exo. 6:3-4 At ako'y napakita kay Abraham, kay Isaac, at kay Jacob na Dios na Makapangyarihan sa lahat; nguni't sa pamamagitan ng aking pangalang Jehova, noon ay hindi ako napakilala sa kanila. [4] At akin ding pinapagtibay ang aking tipan sa kanila na ibibigay ko sa kanila ang lupain ng Canaan, ang lupain ng kanilang pakikipamayan, na kanilang pinakipamayanan.

Lev. 26:42 Ay aalalahanin ko nga ang aking tipan kay Jacob; at ang akin ding tipan kay Isaac, at gayon din ang aking tipan kay Abraham ay aking aalalahanin; at aking aalalahanin ang lupain.

Tanong # 7

Gen. 35:10 At sinabi sa kaniya ng Dios, Ang pangalan mo'y Jacob; ang pangalan mo'y hindi na tatawagin pang Jacob kundi Israel ang itatawag sa iyo: at tinawag ang kaniyang pangalan na Israel.

Tanong # 8

Gen. 22:17 Na sa pagpapala ay pagpapalain kita, at sa pagpaparami ay pararamihin ko ang iyong binhi, na gaya ng mga bituin sa langit, at gaya ng mga buhangin sa baybayin ng dagat; at kakamtin ng iyong binhi ang pintuang-bayan ng kaniyang mga kaaway;

Tanong # 9

Gen. 22:18 At pagpapalain sa iyong binhi ang lahat ng bansa sa lupa; sapagka't sinunod mo ang aking tinig.

Tanong # 10

Gen. 22:18 At pagpapalain sa iyong binhi ang lahat ng bansa sa lupa; sapagka't sinunod mo ang aking tinig.

Tanong # 11

Gen.18:19 Sa gayo'y nagbalik si Abraham sa kaniyang mga alila, at nagsitindig at samasamang nagsiparoon sa Beerseba; at tumahan si Abraham sa Beerseba.

Tanong # 12

Exo. 19:5 Kaya't ngayon, kung tunay na inyong susundin ang aking tinig, at iingatan ang aking tipan, ay magiging isang tanging kayamanan nga kayo sa akin, na higit sa lahat ng bayan: sapagka't ang buong lupa ay akin.

Tanong # 13

Exo. 19:5-6 Kaya't ngayon, kung tunay na inyong susundin ang aking tinig, at iingatan ang aking tipan, ay magiging isang tanging kayamanan nga kayo sa akin, na higit sa lahat ng bayan: sapagka't ang buong lupa ay akin; [6] At kayo'y magiging isang kaharian ng mga saserdote sa akin, at isang banal na bansa. Ito ang mga salita na inyong sasalitaan sa mga anak ni Israel.

Tanong # 14

Deut. 29:9 Ganapin nga ninyo ang mga salita ng tipang ito, at inyong gawin, upang kayo'y guminhawa sa lahat ng inyong ginagawa.

Tanong # 15

Deut. 28:10 At makikita ng lahat ng mga bayan sa lupa, na ikaw ay tinawag sa pamamagitan ng pangalan ng Panginoon at sila'y matatakot sa iyo.

Tanong # 16

Deut. 29:9 Ganapin nga ninyo ang mga salita ng tipang ito, at inyong gawin, upang kayo'y guminhawa sa lahat ng inyong ginagawa.

Tanong # 17

Awit 67:1-2 Dios maawa ka sa amin, at pagpalain mo kami, at pasilangin nawa niya ang kaniyang mukha sa amin; (Selah) [2] Upang ang iyong daan ay maalaman sa lupa, ang iyong pangligtas na kagalingan sa lahat ng mga bansa.

Tanong # 18

Isaias 42:1 Narito, ang aking lingkod, na aking inaalalayan; ang aking hinirang, na kinalulugdan ng aking kaluluwa; isinakaniya ko ang aking Espiritu; siya'y maglalapat ng kahatulan sa mga bansa.

Tanong # 19

Isaias 42:6 Ako, ang Panginoon, ay tumawag sa iyo sa katuwiran, at hahawak ng iyong kamay, at magiingat sa iyo, at ibibigay kita na pinakatipan sa bayan, na pinakaliwanag sa mga bansa;

Tanong # 20

Isaias 43:10 Kayo'y aking mga saksi, sabi ng Panginoon, at aking lingkod na aking pinili: upang inyong maalaman at magsisampalataya kayo sa akin, at inyong maunawaan na ako nga; walang Dios na inanyuan na una sa akin, o magkakaroon man pagkatapos ko.

Tanong # 21

Isaias 43:10b at aking lingkod na aking pinili: upang inyong maalaman at magsisampalataya kayo sa akin, at inyong maunawaan na ako nga;

Tanong # 22

Isaias 2:2-3 At mangyayari sa mga huling araw, na ang bundok ng bahay ng Panginoon ay matatatag sa taluktok ng mga bundok, at magiging mataas sa mga burol; at lahat ng bansa ay magsisiparoon doon. [3] At maraming bayan ay magsisiyaon at mangagsasabi, Halina kayo, at tayo'y magsiahon sa bundok ng Panginoon, sa bahay ng Dios ni Jacob; at tuturuan niya tayo ng kaniyang mga daan, at tayo'y magsisilakad sa kaniyang mga landas: sapagka't mula sa Sion ay lalabas ang kautusan, at ang salita ng Panginoon ay mula sa Jerusalem.

Tanong # 23

Isaias 2:3 [3] At maraming bayan ay magsisiyaon at mangagsasabi, Halina kayo, at tayo'y magsiahon sa bundok ng Panginoon, sa bahay ng Dios ni Jacob; at tuturuan niya tayo ng kaniyang mga daan, at tayo'y magsisilakad sa kaniyang mga landas: sapagka't mula sa Sion ay lalabas ang kautusan, at ang salita ng Panginoon ay mula sa Jerusalem.

Tanong # 24

Isaias 60:2 At makikita ng mga bansa ang iyong katuwiran, at ng lahat na hari ang inyong kaluwalhatian; at ikaw ay tatawagin sa bagong pangalan, na ipangangalan ng bibig ng Panginoon.

Tanong # 25

Isaias 60:3 Ikaw naman ay magiging putong ng kagandahan sa kamay ng Panginoon, at diademang hari sa kamay ng iyong Dios.

Tanong # 26

Isaias 61:4-6 At sila'y magtatayo ng mga dating sira, sila'y magbabangon ng mga dating giba, at kanilang huhusayin ang mga sirang bayan, ang mga nagiba sa maraming sali't saling lahi. ⁵ At ang mga taga ibang lupa ay magsisitayo at mangagpapastol ng inyong mga kawan, at ang mga taga ibang lupa ay magiging inyong mga mangaararo at mangungubasan. ⁶ Ngunit kayo'y tatawaging mga saserdote ng Panginoon; tatawagin kayo ng mga tao na mga tagapangasiwa ng ating Dios: kayo'y magsikain ng kayamanan ng mga bansa, at sa kanilang kaluwalhatian ay mangagmamapuri kayo.

Tanong # 27

Zec. 8:22 Oo, maraming bansa at mga matibay na bansa ay magsisiparoon upang hanapin ang Panginoon ng mga hukbo sa Jerusalem, at hilingin ang lingap ng Panginoon.

Tanong # 28

Zec. 8:23 Ganito ang sabi ng Panginoon ng mga hukbo, Sa mga araw na yao'y mangyayari, na sangpung lalake sa lahat ng wika sa mga bansa ay magtatanganan, sila nga'y magsisitangan sa laylayan niya na Judio, na mangagsasabi, Kami ay magsisiyaong kasama mo, sapagka't aming narinig na ang Dios ay kasama mo.

Gawaing Pagsaulo

Exo. 19:5-6 Kaya't ngayon, kung tunay na inyong susundin ang aking tinig, at iingatan ang aking tipan, ay magiging isang tanging kayamanan nga kayo sa akin, na higit sa lahat ng bayan: sapagka't ang buong lupa ay akin; ⁶ At kayo'y magiging isang kaharian ng mga saserdote sa akin, at isang banal na bansa. Ito ang mga salita na inyong sasalitaan sa mga anak ni Israel.

Mga Puna Sa Mga Tamang Sagot - Aralin 12

Puna # *4-5*

Awit 50:5 Pisanin mo ang aking mga banal sa akin; yaong nangakikipagtipan sa akin sa pamamagitan ng hain.

Puna # *12*

Exo. 15:26 At sinabi, Kung iyong didinggin ng buong sikap ang tinig ng Panginoon mong Dios, at iyong gagawin ang matuwid sa kaniyang mga mata, at iyong didinggin ang kaniyang mga utos, at iyong gaganapin ang lahat niyang mga palatuntunan ay wala akong ilalagay na karamdaman sa iyo, na gaya ng inilagay ko sa mga Egipcio: sapagka't ako ang Panginoon na nagpapagaling sa iyo.

Deut. 28:1-2 At mangyayaring kung iyong didingging masikap ang tinig ng Panginoon mong Dios, upang isagawa ang lahat niyang utos na aking iniuutos sa iyo sa araw na ito, ay itataas ka ng Panginoon mong Dios sa lahat ng mga bansa sa lupa: [2] At ang lahat ng pagpapalang ito ay darating sa iyo at aabot sa iyo, kung iyong didinggin ang tinig ng Panginoon mong Dios.

Puna # *26*

Exo. 19:6 At kayo'y magiging isang kaharian ng mga saserdote sa akin, at isang banal na bansa. Ito ang mga salita na inyong sasalitaan sa mga anak ni Israel.

Aralin 13

Panimula/ Gawaing Pagsaulo

Isaias. 43:25 Ako, ako nga ay siyang pumapawi ng iyong mga pagsalangsang alang-alang sa akin; at hindi ko aalalahanin ang iyong mga kasalanan.

Tanong # 1

Deut. 31:29 Sapagka't talastas ko na pagkamatay ko, kayo'y mangagsisisama at mangaliligaw sa daan na aking itinuro sa inyo; at ang kasamaan ay sasapit sa inyo sa mga huling araw; sapagka't inyong gagawin yaong masama sa paningin ng Panginoon, upang ipamungkahi niya kayo sa kagalitan sa pamamagitan ng mga gawa ng inyong mga kamay.

Tanong # 2

Deut. 31:29 Sapagka't talastas ko na pagkamatay ko, kayo'y mangagsisisama at mangaliligaw sa daan na aking itinuro sa inyo; at ang kasamaan ay sasapit sa inyo sa mga huling araw; sapagka't inyong gagawin yaong masama sa paningin ng Panginoon, upang ipamungkahi niya kayo sa kagalitan sa pamamagitan ng mga gawa ng inyong mga kamay.

Tanong # 3

Lev. 26:21 At kung kayo'y sasalangsang sa akin, at hindi ninyo ako didinggin; ay dadalhan ko kayo ng makapito ang higit ng salot ayon sa inyong mga kasalanan.

b. 23 At kung sa mga bagay mang ito ay hindi pa kayo magbago sa akin, kundi sasalangsang kayo sa akin:

b. 27 At kung sa lahat ng ito ay hindi ninyo ako pakikinggan, kundi kayo'y sasalangsang sa akin;

Tanong # 4

Lev. 26

(1) **b. 25** At pararatingin ko sa inyo ang tabak na gaganap ng higanti ng tipan; at kayo'y matitipon sa loob ng inyong mga bayan: at pararatingin ko ang salot sa gitna ninyo; at kayo'y mabibigay sa kamay ng kaaway.

(2) **b. 29** At kakanin ninyo ang laman ng inyong mga anak na lalake, at ang mga laman ng inyong mga anak na babae ay inyong kakanin.

(3) **b. 31** At gagawin kong giba ang inyong mga bayan, at gigibain ko ang inyong mga santuario, at hindi ko na sasamyuin ang amoy ng inyong mga may amoy na masarap.

(4) **b. 32** At gagawin kong ilang ang lupain: at pagtatakhan ng inyong mga kaaway na tumatahan doon.

(5) **b. 33** At kayo'y aking pangangalatin sa mga bansa, at pagbubunutan ko kayo ng tabak sa hulihan ninyo: at ang inyong lupain ay magiging isang ilang, at ang inyong mga bayan ay magiging sira.

Tanong # 6

Daniel 9:5 Kami ay nangagkasala, at nangagasal ng kasuwalian, at nagsigawang may kasamaan, at nanganghimagsik, sa makatuwid baga'y nagsitalikod sa iyong mga utos at sa iyong mga kahatulan;

Tanong # 7

Daniel 9:10 Ni hindi man namin tinalima ang tinig ng Panginoon naming Dios, upang lumakad ng ayon sa kaniyang mga kautusan, na kaniyang inilagay sa harap namin sa pamamagitan ng kaniyang mga lingkod na propeta.

Tanong # 9

Lev. 26:44 At sa lahat mang ito, pagka sila'y nasa lupain ng kanilang mga kaaway ay hindi ko sila itatakuwil, ni kapopootan ko sila na sila'y aking lubos na lilipulin, at aking sisirain ang aking tipan sa kanila: sapagka't ako ang Panginoon nilang Dios:

Tanong # 10

Lev. 26:45 Kundi aalalahanin ko alangalang sa kanila ang tipan ng kanilang mga magulang, na aking inilabas sa lupain ng Egipto, sa paningin ng mga bansa, upang ako'y maging kanilang Dios: ako ang Panginoon.

Tanong # 11

Awit 14:7 Oh kung ang kaligtasan ng Israel ay nanggagaling sa Sion! Kung ibabalik ng Panginoon ang nangabihag ng kaniyang bayan, magagalak nga ang Jacob, at masasayahan ang Israel.

Tanong # 12

Isaias 12:2 Narito, Dios ay aking kaligtasan; ako'y titiwala, at hindi ako matatakot: sapagka't ang Panginoon si Jehova ay aking kalakasan at awit; at siya'y naging aking kaligtasan.

Tanong # 13

Isaias 43:3 Sapagka't ako ang Panginoon mong Dios, ang Banal ng Israel, ang Tagapagligtas sa iyo; aking ibinigay na pinakatubos sa iyo ang Egipto, ang Etiopia at ang Seba.

Tanong # 14

Isaias 43:11 Ako, sa makatuwid baga'y ako, ang Panginoon; at liban sa akin ay walang tagapagligtas.

Tanong # 15

Isaias 43:25 Ako, ako nga ay siyang pumapawi ng iyong mga pagsalangsang alang-alang sa akin; at hindi ko aalalahanin ang iyong mga kasalanan.

Tanong # 16

Isaias 43:25 Ako, ako nga ay siyang pumapawi ng iyong mga pagsalangsang alang-alang sa akin; at hindi ko aalalahanin ang iyong mga kasalanan.

Tanong # 17

Isaias 59:20 At isang Manunubos ay paroroon sa Sion, at sa kanila, na nangaghihiwalay sa Jacob ng pagsalangsang, sabi ng Panginoon.

Tanong # 18

Isaias 62:11 Narito, ang Panginoon ay nagtanyag hanggang sa wakas ng lupa, Inyong sabihin sa anak na babae ng Sion, Narito, ang iyong kaligtasan ay dumarating; narito, ang kaniyang kagantihan ay nasa kaniya, at ang kaniyang ganti ay nasa harap niya.

Tanong # 19

Isaias 62:11 Narito, ang Panginoon ay nagtanyag hanggang sa wakas ng lupa, Inyong sabihin sa anak na babae ng Sion, Narito, ang iyong kaligtasan ay dumarating; narito, ang kaniyang kagantihan ay nasa kaniya, at ang kaniyang ganti ay nasa harap niya.

Tanong # 20

Isaias 62:11 Narito, ang Panginoon ay nagtanyag hanggang sa wakas ng lupa, Inyong sabihin sa anak na babae ng Sion, Narito, ang iyong kaligtasan ay dumarating; narito, ang kaniyang kagantihan ay nasa kaniya, at ang kaniyang ganti ay nasa harap niya.

Tanong # 21

> **Jer. 33:7-8** At aking pababalikin ang nangabihag sa Juda, at ang nangabihag sa Israel, at aking itatayo sila na gaya nang una. [8] At aking lilinisin sila sa lahat nilang kasamaan, na kanilang pinagkasalahan laban sa akin; at aking ipatatawad ang lahat nilang kasamaan na kanilang ipinagkasala laban sa akin, at kanilang ikinasalangsang laban sa akin.

Tanong # 22

> **Eze. 39:27** Pagka sila'y aking nadala uli na mula sa mga bayan, at nangapisan na mula sa mga lupain ng kanilang mga kaaway, at ako'y inaaring banal sa kanila sa paningin ng maraming bansa.

Gawaing Pagsaulo

> **Isaias. 43:25** Ako, ako nga ay siyang pumapawi ng iyong mga pagsalangsang alang-alang sa akin; at hindi ko aalalahanin ang iyong mga kasalanan.

Mga Puna Sa Mga Tamang Sagot - Aralin 13

Puna # *3*

> **Lev. 26:21** At kung kayo'y sasalangsang sa akin, at hindi ninyo ako didinggin; ay dadalhan ko kayo ng makapito ang higit ng salot ayon sa inyong mga kasalanan.

Puna # *9*

> **Jer. 33:23-26** At ang salita ng Panginoon ay dumating kay Jeremias, na nagsasabi [24] Hindi mo baga napupuna ang sinasalita ng bayang ito, na nagsasabi, Ang dalawang angkan na pinili ng Panginoon, ay kaniyang mga itinakuwil? ganito nila hinahamak ang aking bayan, upang huwag ng maging bansa sa harap nila. [25] Ganito ang sabi ng Panginoon, Kung ang aking tipan sa araw at sa gabi ay hindi manayo, kung hindi ko itinatag ang mga ayos ng langit at ng lupa; [26] Akin ngang itatakuwil din ang binhi ni Jacob, at ni David na aking lingkod, na anopa't hindi ako kukuha ng kanilang binhi na maging mga puno sa binhi ni Abraham, ni Isaac, at ni Jacob: sapagka't aking ibabalik sila na mula sa kanilang pagkabihag, at maaawa ako sa kanila.

Aralin 14

Panimula/ Gawaing Pagsaulo

> **Malakias 3:1** Narito, aking sinusugo ang aking sugo, at siya'y maghahanda, ng daan sa harap ko: at ang Panginoon na inyong hinahanap, ay biglang paroroon sa kaniyang templo; at ang sugo ng tipan na inyong kinaliligayahan, narito, siya'y dumarating, sabi ng Panginoon ng mga hukbo.

Tanong # 1

Gen. 22:15-18 At tinawag ng anghel ng Panginoon si Abraham na ikalawa mula sa langit. [16] At sinabi, Sa aking sarili ay sumumpa ako, anang Panginoon, sapagka't ginawa mo ito, at hindi mo itinanggi sa akin ang iyong anak, ang iyong bugtong na anak; [17] Na sa pagpapala ay pagpapalain kita, at sa pagpaparami ay pararamihin ko ang iyong binhi, na gaya ng mga bituin sa langit, at gaya ng mga buhangin sa baybayin ng dagat; at kakamtin ng iyong binhi ang pintuang-bayan ng kaniyang mga kaaway; [18] At pagpapalain sa iyong binhi ang lahat ng bansa sa lupa; sapagka't sinunod mo ang aking tinig.

Tanong # 2

Gen. 22:18 At pagpapalain sa iyong binhi ang lahat ng bansa sa lupa; sapagka't sinunod mo ang aking tinig.

Tanong # 5

Gen.17:19 At sinabi ng Dios, Hindi, kundi ang iyong asawang si Sara ay magkakaanak sa iyo; at tatawagin mo ang kaniyang ngalang Isaac; at aking pagtitibayin ang aking tipan sa kaniya ng pinakatipang walang hanggan, sa kaniyang lahi pagkamatay niya.

b. 21 Nguni't ang aking tipan ay pagtitibayin ko kay Isaac na iaanak sa iyo ni Sara, sa tadhanang araw, sa taong darating.

Tanong # 7

Gen. 28:1-4 At tinawag ni Isaac si Jacob, at siya'y binasbasan, at siya'y pinagbilinan, na sinabi sa kaniya, Huwag kang magaasawa sa mga anak ng Canaan. [2] Tumindig ka, pumaroon ka sa Padan-aram, sa bahay ni Bethuel, na ama ng iyong ina, at magasawa ka roon sa mga anak ni Laban, na kapatid na lalake ng iyong ina. [3] At ikaw ay pagpalain nawa ng Dios na Makapangyarihan sa lahat, at ikaw ay palaguin, at ikaw ay paramihin, upang ikaw ay maging kapisanan ng mga bayan; [4] At ibigay nawa sa iyo ang pagpapala kay Abraham, sa iyo, at sangpu sa iyong binhi; upang iyong ariin ang lupaing iyong pinaglakbayan, na ibinigay ng Dios kay Abraham.

Tanong # 8

Gen. 28:4 At ibigay nawa sa iyo ang pagpapala kay Abraham, sa iyo, at sangpu sa iyong binhi; upang iyong ariin ang lupaing iyong pinaglakbayan, na ibinigay ng Dios kay Abraham.

Tanong # 10

Gen. 49:10 Ang setro ay hindi mahihiwalay sa Juda, Ni ang tungkod ng pagkapuno sa pagitan ng kaniyang mga paa, Hanggang sa ang Shiloh ay dumating; At sa kaniya tatalima ang mga bansa

Tanong # 12

Awit 89:35-36 Minsan ay sumampa ako sa pamamagitan ng aking kabanalan. Hindi ako magbubulaan kay David; [36] Ang kaniyang binhi ay mananatili magpakailan man; at ang kaniyang luklukan ay parang araw sa harap ko.

Isa.9:6-7 Sapagka't sa atin ay ipinanganak ang isang bata, sa atin ay ibinigay ang isang anak na lalake; at ang pamamahala ay maaatang sa kaniyang balikat: at ang kaniyang pangalan ay tatawaging Kamanghamangha, Tagapayo, Makapangyarihang Dios, Walang hanggang Ama, Pangulo ng Kapayapaan. [7] Ang paglago ng kaniyang pamamahala at ng kapayapaan ay hindi magkakaroon ng wakas, sa luklukan ni David, at sa kaniyang kaharian, upang itatag, at upang alalayan ng kahatulan at ng katuwiran mula ngayon hanggang sa magpakailan man. Isasagawa ito ng sikap ng Panginoon ng mga hukbo.

Tanong # 14

Mic. 5:2 Nguni't ikaw, Beth-lehem Ephrata, na maliit upang lumagay sa libolibo ng Juda, mula sa iyo ay lalabas sa akin ang isa na magpupuno sa Israel; na ang pinagbuhatan niya ay mula nang una, mula nang walang hanggan.

Tanong # 16

Isa. 7:14 Kaya't ang Panginoon nga ay magbibigay sa inyo ng tanda; narito, isang dalaga ay maglilihi, at manganganak ng isang lalake, at tatawagin ang kaniyang pangalan na Emmanuel.

Tanong # 18

Dan.9:25-26 Iyo ngang talastasin at bulayin, na mula sa paglabas ng utos na isauli at itayo ang Jerusalem sa pinahiran na prinsipe, magiging pitong sanglinggo, at anim na pu't dalawang sanglinggo: ito'y matatayo uli, na may lansangan at kuta, sa makatuwid baga'y sa mga panahong mabagabag. [26] At pagkatapos ng anim na pu't dalawang sanglinggo, mahihiwalay ang pinahiran, at mawawalaan ng anoman: at gigibain ang bayan at ang santuario ng mga tao ng prinsipeng darating; at ang wakas niyaon ay sa pamamagitan ng baha, at hanggang sa wakas ay magkakaroon ng digma; mga pagkasira ay ipinasiya na.

Tanong # 19

Dan.9:25 Iyo ngang talastasin at bulayin, na mula sa paglabas ng utos na isauli at itayo ang Jerusalem sa pinahiran na prinsipe, magiging pitong sanglinggo, at anim na pu't dalawang sanglinggo: ito'y matatayo uli, na may lansangan at kuta, sa makatuwid baga'y sa mga panahong mabagabag.

Tanong # 21, 22, 25

Mal. 3:1 Narito, aking sinusugo ang aking sugo, at siya'y maghahanda, ng daan sa harap ko: at ang Panginoon na inyong hinahanap, ay biglang paroroon sa kaniyang templo; at ang sugo ng tipan na inyong kinaliligayahan, narito, siya'y dumarating, sabi ng Panginoon ng mga hukbo.

Tanong # 26

Jer. 31:31-34 Narito, ang mga araw ay dumarating, sabi ng Panginoon, na ako'y makikipagtipan ng panibago sa sangbahayan ni Israel, at sa sangbahayan ni Juda: [32] Hindi ayon sa tipan na ipinakipagtipan ko sa kanilang mga magulang sa araw na aking kinuha sila sa pamamagitan ng kamay upang ilabas sila sa lupain ng Egipto; na ang aking tipan ay kanilang sinira, bagaman ako'y asawa nila, sabi ng Panginoon. [33] Kundi ito ang tipan na aking ipakikipagtipan sa sangbahayan ni Israel pagkatapos ng mga araw na yaon, sabi ng Panginoon, Aking itatala ang aking kautusan sa kanilang kalooban, at aking isusulat sa kanilang puso; at ako'y magiging kanilang Dios, at sila'y magiging aking bayan;

Tanong # 30

Isa. 61:1 Ang Espiritu ng Panginoong Dios ay sumasa akin; sapagka't pinahiran ako ng Panginoon upang ipangaral ang mabubuting balita sa mga maamo; kaniyang sinugo ako upang magpagaling ng mga bagbag na puso, upang magtanyag ng kalayaan sa mga bihag, at magbukas ng bilangguan sa nangabibilanggo;

Tanong # 34

Isa. 35:4-6 Inyong sabihin sa kanila na matatakuting puso, Kayo'y mangagpakatapang, huwag kayong mangatakot: narito, ang inyong Dios ay paririting may panghihiganti, may kagantihan ng Dios; siya'y paririto at ililigtas kayo. [5] Kung magkagayo'y madidilat ang mga mata ng bulag, at ang mga pakinig ng bingi ay mabubuksan. [6] Kung magkagayo'y lulukso ang pilay na parang usa, at ang dila ng pipi ay aawit: sapagka't sa ilang ay bubukal ang tubig, at magkakailog sa ilang.

Tanong # 36

Zec. 9:9 Magalak kang mainam, Oh anak na babae ng Sion; humiyaw ka, Oh anak na babae ng Jerusalem: narito, ang iyong hari ay naparirito sa iyo; siya'y ganap at may pagliligtas; mapagmababa, at nakasakay sa isang asno, sa isang batang asno na anak ng asnong babae.

Gawaing Pagsaulo

Malakias 3:1 Narito, aking sinusugo ang aking sugo, at siya'y maghahanda, ng daan sa harap ko: at ang Panginoon na inyong hinahanap, ay biglang paroroon sa kaniyang templo; at ang sugo ng tipan na inyong kinaliligayahan, narito, siya'y dumarating, sabi ng Panginoon ng mga hukbo.

Mga Puna Sa Mga Tamang Sagot - Aralin 14

Puna # *16-17*

Isa. 7:14 Kaya't ang Panginoon nga ay magbibigay sa inyo ng tanda; narito, isang dalaga ay maglilihi, at manganganak ng isang lalake, at tatawagin ang kaniyang pangalan na Emmanuel.

Isa. 48:1 Kayo'y magsipakinig sa akin, Oh mga pulo; at inyong pakinggan, ninyong mga bayan, sa malayo: tinawag ako ng Panginoon mula sa bahay-bata; mula sa bahay-bata ng aking ina ay binanggit niya ang aking pangalan:

b. 5 At ngayo'y sinasabi ng Panginoon na naganyo sa akin mula sa bahay-bata upang maging kaniyang lingkod, upang dalhin uli ang Jacob sa kaniya, at ang Israel ay mapisan sa kaniya: (sapagka't ako'y marangal sa mga mata ng Panginoon, at ang aking Dios ay naging aking kalakasan;)

Awit 22:9 Nguni't ikaw ang naglabas sa akin sa bahay-bata: Pinatiwala mo ako nang ako'y nasa mga suso ng aking ina.

Gen. 24:43 Narito, nakatayo ako sa tabi ng bukal ng tubig; at mangyari, na ang dalagang lumabas na umigib na aking pagsasabihin, Makikiinom ako sa iyo ng kaunting tubig sa iyong banga;

Exo. 2:8 At sinabi sa kaniya ng anak ni Faraon, Yumaon ka. At ang dalaga ay yumaon, at tinawag ang ina ng bata.

Isa.23.:12 At kaniyang sinabi, Ikaw ay hindi na magagalak pa, Oh ikaw na aping dalaga ng Sidon; bumangon ka, magdaan ka sa Chittim: doon ma'y hindi ka magkakaroon ng kapahingahan.

Isa. 47:1 Ikaw ay bumaba, at umupo sa alabok, Oh anak na dalaga ng Babilonia; lumagmak ka sa lupa na walang luklukan, Oh anak na babae ng mga Caldeo: sapagka't hindi ka na tatawaging maselang at mahinhin.

Jer. 18:13 Kaya't ganito ang sabi ng Panginoon, Inyong itanong nga sa mga bansa, kung sinong nakarinig ng ganiyang mga bagay? ang dalaga ng Israel ay gumawa ng totoong kakilakilabot na bagay.

Jer.31:4 Muling itatayo kita, at ikaw ay matatayo, Oh dalaga ng Israel: muli na ikaw ay magagayakan ng iyong mga pandereta, at lalabas ka sa mga sayawan nila na nasasayahan.

b.21 Maglagay ka ng mga patotoo, gumawa ka ng mga haliging tanda: ilagak mo ang iyong puso sa dakong lansangan, sa daan na iyong pinaroonan: ikaw ay magbalik uli, Oh dalaga ng Israel, ikaw ay bumalik uli rito sa mga bayang ito.

Puna # *18-20*

Daniel 9:25-26 Iyo ngang talastasin at bulayin, na mula sa paglabas ng utos na isauli at itayo ang Jerusalem sa pinahiran na prinsipe, magiging pitong sanglinggo, at anim na pu't dalawang sanglinggo: ito'y matatayo uli, na may lansangan at kuta, sa makatuwid baga'y sa mga panahong mabagabag.^{26} At pagkatapos ng anim na pu'tdalawang sanglinggo, mahihiwalay ang pinahiran, at mawawalaan ng anoman: at gigibain ang bayan at ang santuario ng mga tao ng prinsipeng darating; at ang wakas niyaon ay sa pamamagitan ng baha, at hanggang sa wakas ay magkakaroon ng digma; mga pagkasira ay ipinasiya na.

Puna # *25-28*

Jer. 31:31-34 Narito, ang mga araw ay dumarating, sabi ng Panginoon, na ako'y makikipagtipan ng panibago sa sangbahayan ni Israel, at sa sangbahayan ni Juda: ^{32} Hindi ayon sa tipan na ipinakipagtipan ko sa kanilang mga magulang sa araw na aking kinuha sila sa pamamagitan ng kamay upang ilabas sila sa lupain ng Egipto; na ang aking tipan ay kanilang sinira, bagaman ako'y asawa nila, sabi ng Panginoon. ^{33} Kundi ito ang tipan na aking ipakikipagtipan sa sangbahayan ni Israel pagkatapos ng mga araw na yaon, sabi ng Panginoon, Aking itatala ang aking kautusan sa kanilang kalooban, at aking isusulat sa kanilang puso; at ako'y magiging kanilang Dios, at sila'y magiging aking bayan;

Eze. 16:59-60 Sapagka't ganito ang sabi ng Panginoong Dios, Akin namang gagawin sa iyo na gaya ng iyong ginawa, na iyong hinamak ang sumpa sa pagsira ng tipan. ^{60} Gayon ma'y aalalahanin ko ang aking tipan sa iyo nang mga kaarawan ng iyong kabataan, at aking itatatag sa iyo ang isang walang hanggang tipan

Puna # *36-37*

1 Hari 1:33-34 At sinabi ng hari sa kanila, Ipagsama ninyo ang mga lingkod ng inyong panginoon, at pasakayin ninyo ang aking anak na si Salomon sa aking sariling mula, at ilusong ninyo siya sa Gihon. ^{34} At pahiran siya ng langis doon ni Sadoc na saserdote at ni Nathan na propeta na maging hari sa Israel: at kayo'y magsihihip ng pakakak, at magsipagsabi, Mabuhay ang haring si Salomon.

Aralin 15

Panimula/ Gawaing Pagsaulo

Isaias 53::4-5 Tunay na kaniyang dinala ang ating mga karamdaman, at dinala ang ating mga kapanglawan; gayon ma'y ating pinalagay siya na hinampas, sinaktan ng Dios, at dinalamhati. [5] Nguni't siya'y nasugatan dahil sa ating mga pagsalangsang, siya'y nabugbog dahil sa ating mga kasamaan, ang parusa ng tungkol sa ating kapayapaan ay nasa kaniya; at sa pamamagitan ng kaniyang mga latay ay nagsigaling tayo.

Tanong # 36

Isa. 53:1-5 Sinong naniwala sa aming balita? at kanino nahayag ang bisig ng Panginoon? [2] Sapagka't siya'y tumubo sa harap niya na gaya ng sariwang pananim, at gaya ng ugat sa tuyong lupa: walang anyo o kagandahan man; at pagka ating minamasdan siya ay walang kagandahan na mananais tayo sa kaniya. [3] Siya'y hinamak at itinakuwil ng mga tao; isang taong sa kapanglawan, at bihasa sa karamdaman: at gaya ng isa na pinagkublihan ng kanilang mukha ng mga tao, na siya'y hinamak, at hindi natin hinalagahan siya. [4] Tunay na kaniyang dinala ang ating mga karamdaman, at dinala ang ating mga kapanglawan; gayon ma'y ating pinalagay siya na hinampas, sinaktan ng Dios, at dinalamhati. [5] Nguni't siya'y nasugatan dahil sa ating mga pagsalangsang, siya'y nabugbog dahil sa ating mga kasamaan, ang parusa ng tungkol sa ating kapayapaan ay nasa kaniya; at sa pamamagitan ng kaniyang mga latay ay nagsigaling tayo.

Tanong # 40

Awit 41:9 Oo, ang aking kasamasamang kaibigan, na aking tiniwalaan, na kumain ng aking tinapay, nagtaas ng kaniyang sakong laban sa akin.

Tanong # 43

Zec. 11:12 At sinabi ko sa kanila; Kung inaakala ninyong mabuti, bigyan ninyo ako ng aking kaupahan; at kung hindi, inyong pabayaan. Sa gayo'y kanilang tinimbangan ang kaupahan ko ng tatlong pung putol na pilak.

Tanong # 45

Zec. 11:13 At sinabi ng Panginoon sa akin, Ihagis mo sa magpapalyok, ang mainam na halaga na aking inihalaga sa kanila. At aking kinuha ang tatlong pung putol na pilak, at inihagis ko sa magpapalyok sa bahay ng Panginoon.

Tanong # 47

Isa. 53:7 Siya'y napighati, gayon man nang siya'y dinalamhati ay hindi nagbuka ng kaniyang bibig; gaya ng kordero na dinadala sa patayan, at gaya ng tupang nasa harap ng mga manggugupit sa kaniya ay pipi, gayon ma'y hindi niya binuka ang kaniyang bibig.

Tanong # 49

Isa. 50:6 Aking ipinain ang aking likod sa mga mananakit, at ang aking mga pisngi sa mga bumabaltak ng balbas; hindi ko ikinubli ang aking mukha sa kahihiyan at sa paglura.

Isa. 53:12 Kaya't hahatian ko siya ng bahagi na kasama ng dakila, at kaniyang hahatiin ang samsam na kasama ng malakas; sapagka't kaniyang idinulot ang kaniyang kaluluwa sa kamatayan, at ibinilang na kasama ng mga mananalangsang: gayon ma'y dinala niya ang kasalanan ng marami, at namagitan sa mga mananalangsang.

Awit 22:16 Sapagka't niligid ako ng mga aso: kinulong ako ng pulutong ng mga manggagawa ng masama; binutasan nila ang aking mga kamay at ang aking mga paa.

Awit 22:18 Hinapak nila ang aking mga kasuutan sa gitna nila, at kanilang pinagsapalaran ang aking kasuutan.

Awit 69:21 Binigyan naman nila ako ng pagkaing mapait; at sa aking kauhawan ay binigyan nila ako ng suka na mainom.

Awit 34:19-20 Marami ang kadalamhatian ng matuwid; nguni't inililigtas ng Panginoon sa lahat. [20] Kaniyang iniingatan ang lahat niyang mga buto: wala isa man sa mga yaon na nababali.

Isa. 53:6 Tayong lahat na gaya ng mga tupa ay naligaw; tayo ay tumungo bawa't isa sa kaniyang sariling daan; at ipinasan sa kaniya ng Panginoon ang kasamaan nating lahat.

Isa. 53:8 Sa pamamagitan ng kapighatian at kahatulan ay dinala siya: at tungkol sa kaniyang lahi, sino sa kanila ang gumunita na siya'y nahiwalay sa lupain ng buhay? dahil sa pagsalangsang ng aking bayan ay nasaktan siya.

Isa 53:9 At ginawa nila ang kaniyang libingan na kasama ng mga masama, at kasama ng isang lalaking mayaman sa kaniyang kamatayan; bagaman hindi siya gumawa ng pangdadahas, o wala mang anomang karayaan sa kaniyang bibig.

Awit 53:10 Gayon ma'y kinalugdan ng Panginoon na mabugbog siya; inilagay niya siya sa pagdaramdam: pagka iyong gagawin ang kaniyang kaluluwa na pinakahandog dahil sa kasalanan, makikita niya ang kaniyang lahi, pahahabain niya ang kaniyang mga kaarawan, at ang pagkalugod ng Panginoon ay lalago sa kaniyang kamay.

Tanong # 70

Awit 16:10 Sapagka't hindi mo iiwan ang aking kaluluwa sa Sheol; ni hindi mo man titiisin ang iyong banal ay makakita ng kabulukan.

Tanong # 71

1 Hari 2:10 At si David ay natulog na kasama ng kaniyang mga magulang, at nalibing sa bayan ni David.

Tanong # 73

Awit 110:1 Sinabi ng Panginoon sa aking panginoon, umupo ka sa aking kanan, hanggang sa aking gawing tungtungan mo ang iyong mga kaaway.

Tanong # 77

Daniel 7:13 Ako'y nakakita sa pangitain sa gabi, at, narito, lumabas na kasama ng mga alapaap sa langit ang isang gaya ng anak ng tao, at siya'y naparoon sa matanda sa mga araw, at inilapit nila siya sa harap niya.

Tanong # 79

Zec. 14:4 At ang kaniyang mga paa ay magsisitayo sa araw na yaon sa bundok ng mga Olivo, na nasa tapat ng Jerusalem sa dakong silanganan; at ang bundok ng mga Olivo ay mahahati sa gitna niya, sa dakong silanganan at sa dakong kalunuran, at magiging totoong malaking libis; at ang kalahati ng bundok ay mililipat sa dakong hilagaan, at ang kalahati ay sa dakong timugan.

Gawaing Pagsaulo

Isaias 53::4-5 Tunay na kaniyang dinala ang ating mga karamdaman, at dinala ang ating mga kapanglawan; gayon ma'y ating pinalagay siya na hinampas, sinaktan ng Dios, at dinalamhati. [5] Nguni't siya'y nasugatan dahil sa ating mga pagsalangsang, siya'y nabugbog dahil sa ating mga kasamaan, ang parusa ng tungkol sa ating kapayapaan ay nasa kaniya; at sa pamamagitan ng kaniyang mga latay ay nagsigaling tayo.

Mga Puna Sa Mga Tamang Sagot - Aralin 15

Puna # *38,51, 61, 62, 65, 68.*

Isa. 52:13 Narito, ang lingkod ko ay gagawang may karunungan, siya'y mabubunyi, at malalagay na mataas, at magiging napakataas.

Isa. 53:12 Kaya't hahatian ko siya ng bahagi na kasama ng dakila, at kaniyang hahatiin ang samsam na kasama ng malakas; sapagka't kaniyang idinulot ang kaniyang kaluluwa sa kamatayan , at ibinilang na kasama ng mga mananalangsang: gayon ma'y dinala niya ang kasalanan ng marami, at namagitan sa mga mananalangsang.

Isa. 52:13 Narito, ang lingkod ko ay gagawang may karunungan, siya'y mabubunyi, at malalagay na mataas, at magiging napakataas.

(1) Isa. 53:9 At ginawa nila ang kaniyang libingan na kasama ng mga masama, at kasama ng isang lalaking mayaman sa kaniyang kamatayan; bagaman hindi siya gumawa ng pangdadahas, o wala mang anomang karayaan sa kaniyang bibig.

(2) Lev. 26:14-43 14 Nguni't kung hindi ninyo pakikinggan ako, at hindi ninyo tutuparin ang lahat ng mga utos na ito; ¹⁵ At kung inyong tatanggihan ang aking mga palatuntunan, at kasusuklaman nga ninyo ang aking mga hatol, na anopa't hindi ninyo tutuparin ang lahat ng aking mga utos, kundi inyong sisirain ang aking tipan; ¹⁶ Ay gagawin ko naman ito sa inyo; ilalagay ko sa gitna ninyo ang sindak, at pagkatuyo, at ang lagnat na uubos sa mga mata, at magpapalupaypay sa kaluluwa: at maghahasik kayo ng inyong binhi na walang kabuluhan, sapagka't kakanin ng inyong mga kaaway.¹⁷ At ititig ko ang aking mukha laban sa inyo, at kayo'y masasaktan sa harap ng inyong mga kaaway: kayo'y pagpupunuan ng mga napopoot sa inyo; at kayo'y tatakas nang walang humahabol sa inyo. ¹⁸ At kung sa mga bagay na ito man ay hindi ninyo ako pakinggan, ay parurusahan ko kayong makapito pa, dahil sa inyong mga kasalanan. ¹⁹ At sisirain ko ang kahambugan ng inyong kapangyarihan; at gagawin kong parang bakal ang inyong langit at parang tanso ang inyong lupa: ²⁰ At gugugulin ninyo ang inyong kalakasan ng walang kabuluhan; sapagka't hindi ibibigay sa inyo ng inyong lupain ang kaniyang bunga ni ng kahoy sa parang ang kaniyang bunga. ²¹ At kung kayo'y sasalangsang sa akin, at hindi ninyo ako didinggin; ay dadalhan ko kayo ng makapito ang higit ng salot ayon sa inyong mga kasalanan. ²² At susuguin ko sa inyo ang mga halimaw sa parang, ng samsaman kayo ng inyong mga anak, at papatayin ang inyong mga hayop, at kayo'y pakakauntiin sa bilang; at mangungulila ang inyong mga lakad. ²³ At kung sa mga bagay mang ito ay hindi pa kayo magbago sa akin, kundi sasalangsang kayo sa akin: ²⁴ At lalakad din naman ako ng laban sa inyo, at sasaktan ko kayo, ng makapito pa dahil sa inyong mga kasalanan: ²⁵ At pararatingin ko sa inyo ang tabak na gaganap ng higanti ng tipan; at kayo'y matitipon sa loob ng inyong mga bayan: at pararatingin ko ang salot sa gitna ninyo; at kayo'y mabibigay sa kamay ng kaaway. ²⁶ Pagka masisira ko ang tungkod ninyong tinapay, ang sangpung babae ay magluluto ng inyong tinapay sa isa lamang hurno, at sa inyo'y isasauli sa timbang ang inyong tinapay: at kayo'y kakain at hindi kayo mangabubusog. ²⁷ At kung sa lahat ng ito ay hindi ninyo ako pakikinggan, kundi kayo'y sasalangsang sa akin;²⁸ Ay sasalangsang ako sa inyo na may kapusukan; at parurusahan ko kayong makapito pa dahil sa inyong mga kasalanan. [29] At kakanin ninyo ang laman ng inyong mga anak na lalake, at ang mga laman ng inyong mga anak na babae ay inyong kakanin. [30] At sisirain ko ang inyong matataas na dako, at aking wawasakin ang inyong mga larawang araw, at itatapon ko ang inyong mga bangkay sa mga katawan ng inyong mga diosdiosan; at kapopootan kayo ng aking kaluluwa. [31] At gagawin kong giba ang inyong mga bayan, at gigibain ko ang inyong mga santuario, at hindi ko na sasamyuin ang amoy ng inyong mga may amoy na masarap. [32] At gagawin kong ilang ang lupain: at pagtatakhan ng inyong mga kaaway na tumatahan doon. [33] At kayo'y aking pangangalatin sa mga bansa, at pagbubunutan ko kayo ng tabak sa hulihan ninyo: at ang inyong lupain ay magiging isang ilang, at ang inyong mga bayan ay magiging sira. [34] Kung magkagayo'y magagalak ang lupain sa kaniyang mga sabbath, habang nahahandusay na sira, at kayo'y mapapasa lupain ng inyong mga kaaway; ang lupain nga ay magpapahinga, at magagalak sa kaniyang mga sabbath. [35] Habang nahahandusay na sira ay magkakaroon ng kapahingahan, sa makatuwid baga'y ang hindi ipinagpahinga sa inyong mga sabbath, nang kayo'y nagsisitahan doon. [36] At tungkol sa mga matitira sa inyo, ay sisidlan ko ng takot sa kanilang puso, sa mga lupain ng kaniyang mga kaaway: at hahabulin sila ng kalatis ng isang dahong nalalaglag; at sila'y tatakas na parang tumatakas sa tabak; at sila'y mabubuwal nang walang humahabol sa kanila. [37] At mangagkakatisuran sila na parang nasa harap ng tabak,kahit walang humahabol: at hindi kayo makatatayo sa harap ng inyong mga kaaway. [38] At mamamatay kayo sa gitna ng mga bansa, at sasakmalin kayo ng lupain ng inyong mga kaaway. [39] At ang mga matitira sa inyo ay magsisipanglupaypay sa kanilang kasamaan sa mga lupain ng inyong mga kaaway; at sa mga kasamaan naman ng kanilang mga magulang ay magsisipanglupaypay na kasama nila. [40] At kanilang isasaysay ang kanilang kasamaan, at ang kasamaan ng kanilang mga magulang, sa ang kanilang pagsalangsang na isinalangsang laban sa akin, sapagka't sila'y lumakad naman ng laban sa akin. [41] Ako naman ay lumakad ng laban sa kanila, at sila'y aking dinala sa lupain ng kanilang mga kaaway: kung magpapakababa nga ang kanilang mga pusong hindi tuli, at kanilang tatanggapin ang parusa sa kanilang kasamaan; [42] Ay aalalahanin ko nga ang aking tipan kay Jacob; at ang akin ding tipan kay Isaac, at gayon din ang aking tipan kay Abraham ay aking aalalahanin; at aking aalalahanin ang lupain. [43] Ang lupain naman ay pababayaan nila, at magagalak sa kaniyang mga sabbath, samantalang nahahandusay na sira na wala sila; at kanilang tatanggapin ang kaparusahan ng kanilang kasamaan: sapagka't kanilang tinanggihan ang aking mga hatol, at kinapootan ng kanilang kaluluwa ang aking mga palatuntunan.

Puna # *50-60*

Exo. 12:46 [46] Sa isang bahay kakanin; huwag kang magdadala ng laman sa labas ng bahay, ni sisira kayo ng kahit isang buto niyaon.

Puna # *61-62*

Lev. 16:21-22 [21] At ipapatong ni Aaron ang kaniyang dalawang kamay sa ulo ng kambing na buhay, at isasaysay sa ibabaw niyaon ang lahat ng mga kasamaan ng mga anak ni Israel, at lahat ng kanilang mga pagsalangsang, lahat nga ng kanilang mga kasalanan; at ilalagay niya sa ulo ng kambing, at ipadadala sa ilang sa pamamagitan ng kamay ng isang taong handa: [22] At dadalhin ng kambing ang lahat ng mga kasamaan nila, sa lupaing hindi tinatahanan: at pawawalan niya ang kambing sa ilang.

Lev. 17:11 [11] Sapagka't ang buhay ng laman ay nasa dugo; at aking ibinigay sa inyo sa ibabaw ng dambana upang itubos sa inyong mga kaluluwa: sapagka't ang dugo'y siyang tumutubos dahil sa buhay.

Puna # *73-75*

Awit 110:2 [2] Pararatingin ng Panginoon ang setro ng iyong kalakasan mula sa Sion: magpuno ka sa gitna ng iyong mga kaaway.

Puna # *76*

Awit 102:16 [16] Sapagka't itinayo ng Panginoon ang Sion, siya'y napakita sa kaniyang kaluwalhatian;

Aralin 16

Panimula

Deut. 18:18-19 [18] Aking palilitawin sa kanila ang isang propeta sa gitna ng kanilang mga kapatid, na gaya mo; at aking ilalagay ang aking mga salita sa bibig niya, at kaniyang sasalitain sa kanila ang lahat ng aking iuutos sa kaniya. [19] At mangyayari, na sinomang hindi makikinig sa aking mga salita na kaniyang sasalitain sa aking pangalan, ay aking sisiyasatin yaon sa kaniya.

Gawaing Pagsaulo

Deut. 18:18 [18] Aking palilitawin sa kanila ang isang propeta sa gitna ng kanilang mga kapatid, na gaya mo; at aking ilalagay ang aking mga salita sa bibig niya, at kaniyang sasalitain sa kanila ang lahat ng aking iuutos sa kaniya.

Tanong # 1

Exo. 1:8-14 [8] May bumangon ngang isang bagong hari sa Egipto, na hindi kilala si Jose. [9] At sinabi niya sa kaniyang bayan, Narito, ang bayan ng mga anak ni Israel ay higit at lalong malakas kay sa atin: [10] Hayo't tayo'y magpakadunong sa kanila; baka sila'y dumami, at mangyari, na, pagka nagkadigma, ay makisanib pati sila sa ating mga kaaway, at lumaban sa atin, at magsilayas sa lupain. [11] Kaya't nangaglagay sila ng mga tagapagpaatag, upang dalamhatiin sila sa atang sa kanila. At kanilang ipinagtayo si Faraon ng mga bayan na kamaligan, na dili iba't ang Phithom at Raamses. [12] Datapuwa't habang dinadalamhati nila sila, ay lalong dumadami at lalong kumakapal. At kinapootan nila ang mga anak ni Israel. [13] At pinapaglingkod na may kabagsikan ng mga Egipcio ang mga anak ni Israel: [14] At kanilang pinapamuhay sila ng masaklap sa pamamagitan ng mahirap na paglilingkod, sa argamasa at sa laryo, at sa lahat ng sarisaring paglilingkod sa bukid, at sa lahat ng paglilingkod nila na ipinapaglingkod sa kanila, na may kabagsikan.

Tanong # 2

Exo. 1:15-16 [15] At ang hari sa Egipto ay nagsalita sa mga hilot na Hebrea, na ang pangalan ng isa ay Siphra, at ang pangalan ng isa ay Phua: [16] At kaniyang sinabi, Paghilot ninyo sa mga babaing Hebrea, at pagtingin ninyo sa kanila sa dakong panganganakan; kung lalake, ay papatayin nga ninyo: datapuwa't kung babae ay inyong bubuhayin.

Tanong # 3

Exo. 2:1-5 [1] At isang lalake sa lipi ni Levi ay yumaon, at nagasawa sa isang anak na babae ng lipi ni Levi. [2] At ang babae ay naglihi, at nanganak ng isang lalake: at nang kaniyang makita na maganda, ay kaniyang itinagong tatlong buwan. [3] At nang hindi na niya maitatagong malaon ay ikinuha niya ng isang takbang yantok, at pinahiran niya ng betun at ng sahing; at kaniyang isinilid ang bata roon, at inilagay sa katalahiban sa tabi ng ilog. [4] At tumayo sa malayo ang kaniyang kapatid na babae, upang maalaman ang mangyayari sa bata. [5] At ang anak na babae ni Faraon ay lumusong upang maligo sa ilog; at nagsipaglakad ang kaniyang mga abay sa tabi ng ilog; at kaniyang nakita ang takba sa katalahiban, at ipinakuha sa kaniyang abay.

Tanong # 4

Exo. 2:10 [10] At ang bata ay lumaki, at kaniyang dinala sa anak ni Faraon, at siya'y kaniyang inaring anak. At kaniyang pinanganlang Moises, at sinabi, Sapagka't aking sinagip siya sa tubig.

Tanong # 7

Exo.2:14 [14] At sinabi niya, Sinong naglagay sa iyong pangulo at hukom sa amin? Iniisip mo bang patayin ako, na gaya ng pagpatay mo sa Egipcio? At natakot si Moises, at nagsabi, Tunay na ang bagay na yaon ay nahayag.

Exo. 32:1 [1] At nang makita ng bayan na nagluluwat si Moises ng pagpanaog sa bundok, ay nagpipisan ang bayan kay Aaron, at nagsabi sa kaniya, Tumindig ka at igawa mo kami ng mga dios na mangunguna sa amin; sapagka't tungkol sa Moises na ito, na lalaking nagsampa sa amin mula sa lupain ng Egipto, ay hindi namin maalaman kung anong nangyari sa kaniya.

Num. 16:41 [41] Datapuwa't sa kinabukasan ay inupasala ng buong kapisanan ng mga anak ni Israel si Moises at si Aaron, na sinasabi, Inyong pinatay ang bayan ng Panginoon.

Tanong # 8

Num. 12:1 [1] At ang buong kapisanan ay naglakas ng kanilang tinig, at humiyaw; at ang bayan ay umiyak ng gabing yaon.

Tanong # 9

Exo. 32:31-32 [31] At bumalik si Moises sa Panginoon, at nagsabi, Oh, ang bayang ito'y nagkasala ng malaking kasalanan, at gumawa sila ng mga dios na ginto. [32] Gayon ma'y ngayon, kung iyong ipatatawad ang kanilang kasalanan; at kung hindi, ay alisin mo ako, isinasamo ko sa iyo, sa iyong aklat na sinulat mo.

Tanong # 10

Exo. 32:31-32 [31] At bumalik si Moises sa Panginoon, at nagsabi, Oh, ang bayang ito'y nagkasala ng malaking kasalanan, at gumawa sila ng mga dios na ginto. [32] Gayon ma'y ngayon, kung iyong ipatatawad ang kanilang kasalanan; at kung hindi, ay alisin mo ako, isinasamo ko sa iyo, sa iyong aklat na sinulat mo.

Tanong # 11

Exo. 34:28 [28] At siya'y natira doong kasama ng Panginoon, na apat na pung araw at apat na pung gabi; hindi man lamang siya kumain ng tinapay, o uminom man ng tubig. At isinulat ng Panginoon sa mga tapyas ang mga salita ng tipan, ang sangpung utos.

Tanong # 12

Num. 12:7-8 [7] Ang aking lingkod na si Moises ay hindi gayon; siya'y tapat sa aking buong buhay: [8] Sa kaniya'y makikipag-usap ako ng bibig, sa bibig, ng maliwanag, at hindi sa malabong salitaan; at ang anyo ng Panginoon ay kaniyang makikita: bakit nga hindi kayo natakot na magsalita laban sa aking lingkod, laban kay Moises?

Tanong # 13

Exo. 24:12 [12] At sinabi ng Panginoon kay Moises, Sampahin mo ako sa bundok, at dumoon ka: at ikaw ay bibigyan ko ng mga tapyas na bato, at ng kautusan, at ng utos na aking isinulat, upang iyong maituro sa kanila.

Tanong # 14

Exo. 24:13 [13] At tumindig si Moises, at si Josue na kaniyang tagapangasiwa: at si Moises ay sumampa sa bundok ng Dios.

Tanong # 15

Exo. 64:29-30 [29] At nangyari, nang bumaba si Moises sa bundok ng Sinai, na dala ang tapyas na bato ng patotoo sa kamay niya, noong bumaba sa bundok ay hindi nalalaman ni Moises na ang balat ng kaniyang mukha ay nagliliwanag dahil sa pakikipagusap niya sa Dios. [30] At nang makita ni Aaron at ng lahat ng mga anak ni Israel si Moises, narito, ang balat ng kaniyang mukha ay nagliliwanag; at sila'y natakot na lumapit sa kaniya.

Tanong # 16

Exo. 19:19-20 [19] At nang lumalakas ng lumalakas ang tunog ng pakakak ay nagsasalita si Moises, at sinasagot siya ng Dios sa pamamagitan ng tinig. [20] At ang Panginoon ay bumaba sa ibabaw ng bundok ng Sinai, sa taluktok ng bundok; at tinawag ng Panginoon si Moises sa taluktok ng bundok; at si Moises ay sumampa.

Tanong # 18

Deut. 4:1 [1] At ngayon, Oh Israel, dinggin mo ang mga palatuntunan at ang mga kahatulan, na aking itinuturo sa inyo, upang sundin ninyo; upang kayo'y mabuhay, at pumasok, at inyong ariin ang lupain na ibinibigay sa inyo ng Panginoon, ng Dios ng inyong mga magulang.

b. 5 [5] Narito, aking tinuruan kayo ng mga palatuntunan at ng mga kahatulan, na gaya ng iniutos sa akin ng Panginoon kong Dios upang inyong gawing gayon sa gitna ng lupain na inyong paroroonan upang ariin.

Tanong # 19

Exo. 3:13-15 [13] At sinabi ni Moises sa Dios, Narito, pagdating ko sa mga anak ni Israel, at sasabihin ko sa kanila, Sinugo ako sa inyo ng Dios ng inyong mga magulang; at sasabihin nila sa akin: Ano ang kaniyang pangalan? anong sasabihin ko sa kanila? [14] At sinabi ng Dios kay Moises, AKO YAONG AKO NGA; at kaniyang sinabi, Ganito ang sasabihin mo sa mga anak ni Israel, Sinugo ako sa inyo ni AKO NGA. [15] At sinabi pa ng Dios kay Moises, Ganito ang sasabihin mo sa mga anak ni Israel, Sinugo ako sa inyo ng Panginoon, ng Dios ng inyong mga magulang, ng Dios ni Abraham, ng Dios ni Isaac, at ng Dios ni Jacob: ito ang aking pangalan magpakailan man, at ito ang aking pinakaalaala sa lahat ng mga lahi.

Tanong # 20

Exo. 16:14-15 [14] At nang paitaas na ang hamog na nalalatag na, narito, sa balat ng ilang ay may munting bagay na mabilog at munti na gaya ng namuong hamog sa ibabaw ng lupa. ¹⁵ At nang makita ng mga anak ni Israel, ay nagsangusapan, Ano ito? sapagka't hindi nila nalalaman kung ano yaon. At sinabi ni Moises sa kanila, Ito ang pagkain na ibinigay ng Panginoon sa inyo upang kanin.

Tanong # 21

Exo. 3:10 ¹⁰ Halika nga ngayon, at ikaw ay aking susuguin kay Faraon, upang iyong ilabas sa Egipto ang aking bayan na mga anak ni Israel.

Deut. 6:21 ²¹ Ay iyo ngang sasabihin sa iyong anak: Kami ay naging mga alipin ni Faraon sa Egipto, at inilabas kami ng Panginoon sa Egipto sa pamamagitan ng makapangyarihang kamay.

Tanong # 23

Exo. 15:25-26 ²⁵ At siya'y dumaing sa Panginoon; at pinapagkitaan siya ng Panginoon ng isang puno ng kahoy, at inihagis niya sa tubig, at ang tubig ay tumabang. Doon inatangan niya ng palatuntunan, at ng tagubilin at doon sila sinubok niya; ²⁶ At sinabi, Kung iyong didinggin ng buong sikap ang tinig ng Panginoon mong Dios, at iyong gagawin ang matuwid sa kaniyang mga mata, at iyong didinggin ang kaniyang mga utos, at iyong gaganapin ang lahat niyang mga palatuntunan ay wala akong ilalagay na karamdaman sa iyo, na gaya ng inilagay ko sa mga Egipcio: sapagka't ako ang Panginoon na nagpapagaling sa iyo.

Num. 21:6-9 ⁶ At ang Panginoon ay nagsugo ng mababangis na ahas sa gitna ng bayan, at kanilang kinagat ang bayan: at maraming tao sa Israel ay namatay. ⁷ At ang bayan ay naparoon kay Moises, at nagsabi, Kami ay nagkasala, sapagka't kami ay nagsalita laban sa Panginoon, at laban sa iyo; idalangin mo sa Panginoon, na kaniyang alisin sa amin ang mga ahas. At idinalangin ni Moises ang bayan. ⁸ At sinabi ng Panginoon kay Moises, Gumawa ka ng isang mabagsik na ahas at ipatong mo sa isang tikin: at mangyayari, na bawa't taong makagat, ay mabubuhay pag tumingin doon. ⁹ At si Moises ay gumawa ng isang ahas na tanso at ipinatong sa isang tikin: at nangyari, na pag may nakagat ng ahas ay nabubuhay pagtingin sa ahas na tanso,

Tanong # 24

Deut. 34:10-12 ¹⁰ At wala pang bumangong propeta sa Israel na gaya ni Moises, na kilala ng Panginoon sa mukhaan, ¹¹ Sa lahat ng mga tanda at mga kababalaghan na iniutos ng Panginoon gawin sa lupain ng Egipto kay Faraon at sa lahat ng kaniyang mga lingkod, at sa kaniyang buong lupain, ¹² At sa buong makapangyarihang kamay at sa buong dakilang kakilabutan, na ginawa ni Moises sa paningin ng buong Israel.

Tanong # 25

Exo. 24:7-8 [7] At kaniyang kinuha ang aklat ng tipan, at binasa sa pakinig ng bayan: at kanilang sinabi, Lahat ng sinalita ng Panginoon ay aming gagawin, at kami ay magmamasunurin. [8] At kinuha ni Moises ang dugo at iniwisik sa bayan, at sinabi, Narito ang dugo ng tipan, na ipinakipagtipan ng Panginoon sa inyo tungkol sa lahat ng mga salitang ito.

Gawaing Pagsaulo

Deut. 18:18 [18] Aking palilitawin sa kanila ang isang propeta sa gitna ng kanilang mga kapatid, na gaya mo; at aking ilalagay ang aking mga salita sa bibig niya, at kaniyang sasalitain sa kanila ang lahat ng aking iuutos sa kaniya.

Mga Puna Sa Mga Tamang Sagot - Aralin 16

Puna # *20*

Num. 14:22-23 [22] Sapagka't ang lahat ng taong yaon na nakakita ng aking kaluwalhatian at ng aking mga tanda, na aking ginawa sa Egipto at sa ilang ay tinukso pa rin ako nitong makasangpu, at hindi dininig ang aking tinig; [23] Tunay na hindi nila makikita ang lupain na aking isinumpa sa kanilang mga magulang, ni sinoman sa kanila na humamak sa akin ay hindi makakakita:

b. 32 [32] Nguni't tungkol sa inyo, ang inyong mga bangkay ay mangabubuwal sa ilang na ito.

Num. 26:63-65 [63] Ito yaong nangabilang ni Moises at ni Eleazar na saserdote, na bumilang ng mga anak ni Israel sa mga kapatagan ng Moab sa siping ng Jordan sa Jerico. [64] Nguni't sa mga ito ay walang tao sa kanila, na ibinilang ni Moises at ni Aaron na saserdote, na bumilang ng mga anak ni Israel sa ilang ng Sinai. [65] Sapagka't sinabi ng Panginoon tungkol sa kanila, Sila'y mamamatay na walang pagsala sa ilang. At walang natira kahi't isang tao sa kanila, liban kay Caleb na anak ni Jephone, at kay Josue na anak ni Nun.

Puna # *25-26*

Jer. 31:31-34 [31] Narito, ang mga araw ay dumarating, sabi ng Panginoon, na ako'y makikipagtipan ng panibago sa sangbahayan ni Israel, at sa sangbahayan ni Juda: [32] Hindi ayon sa tipan na ipinakipagtipan ko sa kanilang mga magulang sa araw na aking kinuha sila sa pamamagitan ng kamay upang ilabas sila sa lupain ng Egipto; na ang aking tipan ay kanilang sinira, bagaman ako'y asawa nila, sabi ng Panginoon. [33] Kundi ito ang tipan na aking ipakikipagtipan sa sangbahayan ni Israel pagkatapos ng mga araw na yaon, sabi ng Panginoon, Aking itatala ang aking kautusan sa kanilang kalooban, at aking isusulat sa kanilang puso; at ako'y magiging kanilang Dios, at sila'y magiging aking bayan; [34] At hindi na magtuturo bawa't isa sa kanila sa kaniyang kapuwa, at bawa't tao sa kaniyang kapatid, na magsasabi, Iyong kilalanin ang Panginoon; sapagka't makikilala nilang lahat ako, mula sa kaliitliitan sa kanila hanggang sa kadakidakilaan sa kanila, sabi ng Panginoon: sapagka't aking ipatatawad ang kanilang kasamaan, at ang kanilang kasalanan ay hindi ko na aalalahanin.

Conklusyon

Deut. 18:18-19 [18] Aking palilitawin sa kanila ang isang propeta sa gitna ng kanilang mga kapatid, na gaya mo; at aking ilalagay ang aking mga salita sa bibig niya, at kaniyang sasalitain sa kanila ang lahat ng aking iuutos sa kaniya. [19] At mangyayari, na sinomang hindi makikinig sa aking mga salita na kaniyang sasalitain sa aking pangalan, ay aking sisiyasatin yaon sa kaniya.

Deut. 18:19 [19] At mangyayari, na sinomang hindi makikinig sa aking mga salita na kaniyang sasalitain sa aking pangalan, ay aking sisiyasatin yaon sa kaniya.

Aralin 18

MGA TAMANG SAGOT AT MARKA – ARALIN IKA-LABING WALO

Sagot # 9

Daniel 12:4 [4] Nguni't ikaw, Oh Daniel, isara mo ang mga salita, at tatakan mo ang aklat, hanggang sa panahon ng kawakasan: marami ang tatakbo ng paroo't parito, at ang kaalaman ay lalago.

Sagot # 10

Awit 102:16 [16] Sapagka't itinayo ng Panginoon ang Sion, siya'y napakita sa kaniyang kaluwalhatian;

Mga Puna Sa Mga Tamang Sagot - Aralin 18

Puna # *1*

Isa. 40:5-6 [5] At ang kaluwalhatian ng Panginoon ay mahahayag, at makikitang magkakasama ng lahat na tao, sapagka't sinalita ng bibig ng Panginoon, [6] Ang tinig ng isang nagsasabi, Ikaw ay dumaing. At sinabi ng isa, Ano ang aking idadaing? Lahat ng laman ay damo, at ang buong kagandahan niyaon ay parang bulaklak ng parang.

Jer. 25:31 [31] Ang ingay ay darating hanggang sa wakas ng lupa; sapagka't ang Panginoon ay may pakikipagpunyagi sa mga bansa, siya'y papasok sa paghatol sa lahat ng tao; tungkol sa masasama ay kaniyang ibibigay sila sa tabak, sabi ng Panginoon.

Eze. 21:4-5 [4] Yaman nga na aking ihihiwalay sa iyo ang matuwid at ang masama, kaya't aking bubunutin ang aking tabak sa kaloban na laban sa lahat na tao na mula sa timugan hanggang sa hilagaan: [5] At malalaman ng lahat na tao na akong Panginoon ay bumunot ng aking tabak sa kaloban; hindi na isusuksok pa.

Puna # *13-15, 18*

Gen. 6:5 [5] At nakita ng Panginoon na mabigat ang kasamaan ng tao sa lupa, at ang buong haka ng mga pagiisip ng kaniyang puso ay pawang masama lamang na parati.

b. 12-13 [12] At tiningnan ng Dios ang lupa, at, narito sumama; sapagka't pinasama ng lahat ng tao ang kanilang paglakad sa ibabaw ng lupa. [13] At sinabi ng Dios kay Noe, Ang wakas ng lahat ng tao ay dumating sa harap ko; sapagka't ang lupa ay napuno ng karahasan dahil sa kanila; at, narito, sila'y aking lilipuling kalakip ng lupa.

Aralin 19

Tanong # 3

Awit 2:7-9 [7] Aking sasaysayin ang tungkol sa pasiya: sinabi ng Panginoon sa akin, Ikaw ay aking anak; sa araw na ito ay ipinanganak kita. [8] Humingi ka sa akin, at ibibigay ko sa iyo ang mga bansa na iyong pinakamana, at ang mga pinakadulong bahagi ng lupa ay iyong pinakaari. [9] Sila'y iyong babaliin ng isang pamalong bakal; iyong dudurugin sila na parang isang sisidlan ng magpapalyok.

Tanong # 4

Joel 3:1-2 [1] Sapagka't, narito, sa mga kaarawang yaon, at sa panahong yaon, pagka aking ibabalik ang mangabihag sa Juda at Jerusalem. [2] Aking pipisanin ang lahat na bansa, at aking ibababa sila sa libis ni Josaphat; at ako'y makikipagtanggol sa kanila roon dahil sa aking bayan at dahil sa aking manang Israel, na kanilang pinangalat sa mga bansa, at binahagi ang aking lupain,

Tanong # 5

Joel 3:2 [2] Aking pipisanin ang lahat na bansa, at aking ibababa sila sa libis ni Josaphat; at ako'y makikipagtanggol sa kanila roon dahil sa aking bayan at dahil sa aking manang Israel, na kanilang pinangalat sa mga bansa, at binahagi ang aking lupain,

Tanong # 14

Awit 45:6 [6] Ang iyong luklukan, Oh Dios, ay magpakailan-kailan man: cetro ng kaganapan ang cetro ng iyong kaharian.

Tanong # 15

Awit 45:7 [7] Iyong iniibig ang katuwiran, at pinagtataniman ang kasamaan: kaya't ang Dios, ang iyong Dios, ay nagpahid sa iyo ng langis, ng langis ng kasayahan na higit kay sa iyong mga kasama.

Tanong # 16

Awit 132:13-14 [13] Sapagka't pinili ng Panginoon ang Sion; kaniyang ninasa na pinaka tahanan niya. [14] Ito'y aking pahingahang dako magpakailan man. Dito ako tatahan; sapagka't aking ninasa.

Tanong # 17

Isa. 24:23 [23] Kung magkagayo'y malilito ang buwan, at ang araw ay mapapahiya; sapagka't ang Panginoon ng mga hukbo ay maghahari sa bundok ng Sion, at sa Jerusalem; at sa harap ng kaniyang mga matanda ay may kaluwalhatian.

Awit 48:1-2 [1] Dakila ang Panginoon, at marapat pakapurihin, sa bayan ng aming Dios, sa kaniyang banal na bundok. [2] Maganda sa kataasan, ang kagalakan ng buong lupa, siyang bundok ng Sion, sa mga dako ng hilagaan, na bayan ng dakilang Hari.

Tanong # 18

Isa. 2:2 [2] At mangyayari sa mga huling araw, na ang bundok ng bahay ng Panginoon ay matatatag sa taluktok ng mga bundok, at magiging mataas sa mga burol; at lahat ng bansa ay magsisiparoon doon.

Mic. 4:1 [1] Nguni't sa mga huling araw ay mangyayari, na ang bundok ng bahay ng Panginoon ay matatatag sa taluktok ng mga bundok, at matataas sa mga burol; at mga tao'y paroroon sa kaniya.

Tanong # 19

Isa. 2:2 [2] At mangyayari sa mga huling araw, na ang bundok ng bahay ng Panginoon ay matatatag sa taluktok ng mga bundok, at magiging mataas sa mga burol; at lahat ng bansa ay magsisiparoon **doon.**

Mic. 4:1 [1] Nguni't sa mga huling araw ay mangyayari, na ang bundok ng bahay ng Panginoon ay matatatag sa taluktok ng mga bundok, at matataas sa mga burol; at mga tao'y paroroon sa kaniya.

Tanong # 20

Isa. 2:3 [3] At maraming bayan ay magsisiyaon at mangagsasabi, Halina kayo, at tayo'y magsiahon sa bundok ng Panginoon, sa bahay ng Dios ni Jacob; at tuturuan niya tayo ng kaniyang mga daan, at tayo'y magsisilakad sa kaniyang mga landas: sapagka't mula sa Sion ay lalabas ang kautusan, at ang salita ng Panginoon ay mula sa Jerusalem.

Mic. 4:2 [2] At maraming bansa'y magsisiparoo't mangagsasabi, Magsiparito kayo, at tayo'y magsiahon sa bundok ng Panginoon, at sa bahay ng Dios ni Jacob; at siya'y magtuturo sa atin ng kaniyang mga daan, at tayo'y magsisilakad sa kaniyang mga landas. Sapagka't sa Sion ay lalabas ang kautusan, at ang salita ng Panginoon ay mula sa Jerusalem;

Tanong # 21

Isa. 2:3 [3] At maraming bayan ay magsisiyaon at mangagsasabi, Halina kayo, at tayo'y magsiahon sa bundok ng Panginoon, sa bahay ng Dios ni Jacob; at tuturuan niya tayo ng kaniyang mga daan, at tayo'y magsisilakad sa kaniyang mga landas: sapagka't mula sa Sion ay lalabas ang kautusan, at ang salita ng Panginoon ay mula sa Jerusalem.

Mic. 4:2 [2] At maraming bansa'y magsisiparoo't mangagsasabi, Magsiparito kayo, at tayo'y magsiahon sa bundok ng Panginoon, at sa bahay ng Dios ni Jacob; at siya'y magtuturo sa atin ng kaniyang mga daan, at tayo'y magsisilakad sa kaniyang mga landas. Sapagka't sa Sion ay lalabas ang kautusan, at ang salita ng Panginoon ay mula sa Jerusalem;

Tanong # 22

Isa. 2:4 [4] At siya'y hahatol sa gitna ng mga bansa, at sasaway sa maraming tao: at kanilang pupukpukin ang kanilang mga tabak upang maging mga sudsod, at ang kanilang mga sibat ay maging mga karit: ang bansa ay hindi magtataas ng tabak laban sa bansa, o mangagaaral pa man sila ng pakikipagdigma.

Mic. 4:3 [3] At siya'y hahatol sa gitna ng maraming bayan, at sasaway sa mga matibay na bansa sa malayo: at kanilang papandayin ang kanilang mga tabak upang maging sudsud, at ang kanilang mga sibat upang maging karit; ang bansa ay hindi magtataas ng tabak laban sa bansa, ni magaaral pa man ng pakikipagdigma.

Tanong # 23

Zec. 14:16 [16] At mangyayari, na bawa't maiwan, sa lahat na bansa na naparoon laban sa Jerusalem ay aahon taon-taon upang sumamba sa Hari, sa Panginoon ng mga hukbo, at upang ipangilin ang mga kapistahan ng mga balag

Tanong # 24

Awit 72:1-20 [1] Ibigay mo sa hari ang iyong mga kahatulan, Oh Dios, at ang iyong katuwiran sa anak na lalake ng hari. [2] Kaniyang hahatulan ang iyong bayan, ng katuwiran, at ang iyong dukha, ng kahatulan. [3] Ang mga bundok ay magtataglay ng kapayapaan sa bayan, at ang mga gulod, sa katuwiran. [4] Kaniyang hahatulan ang dukha sa bayan, kaniyang ililigtas ang mga anak ng mapagkailangan, at pagwawaraywarayin ang mangaapi. [5] Sila'y mangatatakot sa iyo habang nananatili ang araw, at habang sumisilang ang buwan, sa lahat ng sali't saling lahi. [6] Siya'y babagsak na parang ulan sa tuyong damo: gaya ng ambon na dumidilig sa lupa. [7] Sa kaniyang mga kaarawan ay giginhawa ang mga matuwid; at saganang kapayapaan, hanggang sa mawala ang buwan. [8] Siya naman ay magtataglay ng pagpapakapanginoon sa dagat at dagat, at mula sa ilog hanggang sa mga wakas ng lupa. [9] Silang nagsisitahan sa ilang ay magsisiyukod sa kaniya; at hihimuran ng kaniyang mga kaaway ang alabok. [10] Ang mga hari ng Tharsis, at sa mga pulo ay mangagdadala ng mga kaloob; ang mga hari sa Sheba at Seba ay mangaghahandog ng mga kaloob. [11] Oo, lahat ng mga hari ay magsisiyukod sa harap niya: lahat ng mga bansa ay mangaglilingkod sa kaniya. [12] Sapagka't kaniyang ililigtas ang mapagkailangan pagka dumadaing; at ang dukha na walang katulong. [13] Siya'y maaawa sa dukha at mapagkailangan, at ang mga kaluluwa ng mga mapagkailangan ay kaniyang ililigtas. [14] Tutubusin niya ang kanilang kaluluwa sa kapighatian at karahasan; at magiging mahalaga ang kanilang dugo sa kaniyang paningin: [15] At siya'y mabubuhay at sa kaniya'y ibibigay ang ginto ng Sheba: at dadalanginang lagi siya ng mga tao: pupurihin nila siya buong araw. [16] Magkakaroon ng saganang trigo sa lupa sa taluktok ng mga bundok; ang bunga niyao'y uugang gaya ng Libano: at silang sa bayan ay giginhawa na parang damo sa lupa. [17] Ang kaniyang pangalan ay mananatili kailan man; ang kaniyang pangalan ay magluluwat na gaya ng araw: at ang mga tao ay pagpapalain sa kaniya; tatawagin siyang maginhawa ng lahat ng mga bansa. [18] Purihin ang Panginoong Dios, ang Dios ng Israel, na siya lamang gumagawa ng mga kababalaghang bagay: [19] At purihin ang kaniyang maluwalhating pangalan magpakailan man; at mapuno ang buong lupa ng kaniyang kaluwalhatian. Siya nawa, at Siya nawa. [20] Ang mga dalangin ni David na anak ni Isai ay nangatapos.

Tanong # 25

Isa. 32:17 [17] At ang gawain ng katuwiran ay magiging kapayapaan; at ang bunga ng katuwiran ay katahimikan at pagkakatiwala kailan man.

Mga Puna Sa Mga Tamang Sagot - Aralin 19

Puna # *2*

Daniel 8:23-25 [23] At sa huling panahon ng kanilang kaharian, pagka ang mananalangsang ay nagsidating sa kapuspusan, isang hari ay babangon na may mabagsik na pagmumukha, at nakaunawa ng malabong salita. [24] At ang kaniyang kapangyarihan ay magiging dakila, nguni't hindi sa pamamagitan ng kaniyang sariling kapangyarihan; at siya'y lilipol na kamanghamangha, at giginhawa, at gagawa ng kaniyang maibigan; at kaniyang lilipulin ang mga makapangyarihan at ang banal na bayan. [25] At sa kaniyang paraan ay kaniyang palulusugin ang pagdaraya sa kaniyang kamay; at siya'y magmamalaki ng kaniyang loob, at sa kanilang ikatitiwasay ay papatay ng marami: siya'y tatayo rin laban sa prinsipe ng mga prinsipe; nguni't siya'y mabubuwal hindi ng kamay.

Puna # *16-17*

Awit 122:6 [6]Idalangin ninyo ang kapayapaan ng Jerusalem: sila'y magsisiginhawa na nagsisiibig sa iyo.

Puna # *18*

Zec. 14:3-11 [3]Kung magkagayo'y lalabas ang Panginoon, at makikipaglaban sa mga bansang yaon, gaya nang siya'y makipaglaban sa araw ng pagbabaka. [4]At ang kaniyang mga paa ay magsisitayo sa araw na yaon sa bundok ng mga Olivo, na nasa tapat ng Jerusalem sa dakong silanganan; at ang bundok ng mga Olivo ay mahahati sa gitna niya, sa dakong silanganan at sa dakong kalunuran, at magiging totoong malaking libis; at ang kalahati ng bundok ay malilipat sa dakong hilagaan, at ang kalahati ay sa dakong timugan. [5]At kayo'y magsisitakas sa libis ng aking mga bundok; sapagka't ang libis ng mga bundok ay magsisiabot hanggang sa Azel; oo, kayo'y magsisitakas gaya nang kayo'y tumakas mula sa lindol nang mga kaarawan ni Uzzias na hari sa Juda; at ang Panginoon kong Dios ay darating, at ang lahat na banal na kasama niya. [6]At mangyayari sa araw na yaon, na hindi magkakaroon ng liwanag; at ang mga nagniningning ay uurong. [7]Nguni't magiging isang araw na kilala sa Panginoon; hindi araw, at hindi gabi; nguni't mangyayari, na sa gabi ay magliliwanag. [8]At mangyayari sa araw na yaon, na ang buhay na tubig ay magsisibalong mula sa Jerusalem; kalahati niyao'y sa dakong dagat silanganan, at kalahati niyao'y sa dakong dagat kalunuran: sa taginit at sa tagginaw mangyayari. [9]At ang Panginoo'y magiging Hari sa buong lupa: sa araw na yao'y magiging ang Panginoon ay isa, at ang kaniyang pangalan ay isa. [10]Ang buong lupain ay magiging gaya ng Araba, mula sa Geba hanggang sa Rimmon na timugan ng Jerusalem; at siya'y matataas, at tatahan sa kaniyang dako, mula sa pintuang-bayan ng Benjamin hanggang sa dako ng unang pintuang-bayan, hanggang sa sulok na pintuang-bayan, at mula sa moog ng Hananel hanggang sa pisaan ng ubas ng hari. [11]At ang mga tao'y magsisitahan doon, at hindi na magkakaroon pa ng sumpa; kundi ang Jerusalem ay tatahang tiwasay.

Tungkol Sa Autor (may akda)

Si **Derek Prince (1915-2003)** ay ipinanganak sa India mula sa Briton na magulang. Naeduka bilang skolar ng Griego at Latin sa Kolehiyo ng Eton at sa Universidad ng Cambridge, sa England, meron siyang Fellowship sa Antigo at Modernong Pilosopiya sa Kolehiyo ng King. Nag aral din siya ng ibat-ibang modernong wika, kasama ang Hebreo at Aramaic, sa Universidad ng Cambridge at sa Universidad ng Hebreo sa Jerusalem.

Habang naglilingkod sa Hukbong Pandigmaan ng Briton noong Pangalawang Digmaan sa Mundo, nagsimula siyang mag aral ng Bibliya at naranasan niya ang mapagpabagong buhay na enkwentro kay Hesu-Kristo. Dahil sa enkwentrong ito nagkaroon siya ng dalawang konklusyon: Una, na si Hesu-Kristo ay buhay; pangalawa, na ang Bibliya ay totoo, kailangan, napapanahon na aklat ngayon. Itong mga konklusyon ay binago ang buong landas ng kanyang buhay, na itinuon niya sa pag-aaral at pagtuturo ng Bibliya.

Ang mahalagang handog ni Derek ay ang pagpapaliwanag ng Bibliya at ang turo nito sa maliwanag at simpling paraan na nakatulong sa pagtayo ng pundasyon ng pananampalataya sa milyon na buhay. Ang kanyang walang denominasyon, walang sektang pamamaraan ay nagawa ang kanyang mga turo na pumantay, kailanganin, at makatulong sa mga tao na mula sa lahat ng lahi at may relehiyosong pinag-aralan.

Siya ay autor ng mahigit na 50 mga aklat, 600 audyo at 100 video na nagtuturo sa marami na naisalin at nailathala sa mahigit na 100 wika. Ang kanyang araw-araw na pagpapahayag sa radio ay isinalin sa Arabo, Intsik, (Amoy, Kantones, Mandarin, Shanghalese, Swattow) Croatio, Aleman, Malagasi, Mongolyan, Ruso, Samoan, Español, Bahasa, Indonesyan, at Tongan. Ang progama sa radyo ay patuloy na humihipo ng mga buhay sa buong mundo.

Ang Derek Prince Ministries ay patuloy na naglilingkod sa mga mananampalataya sa mahigit na 140 mga bansa sa pamamagitan ng mga turo ni Derek Prince na tumutupad sa mandato na magpatuloy "hanggan bumalik si Hesus". Ito ay pinapatakbo sa pamamagitan ng mga pangmalawakang gawain sa mahigit sa 30 Derek Prince na mga opisina sa buong mundo, kabilang ang mga pangunahing Gawain sa Australia, Canada, China, France, Germany, the Netherlands, New Zealand, Norway, Russia, South Africa, Switzerland, the United Kingdom, at ang United States. Para sa kasalukuyang inpormasyon tungkol dito at sa iba pang pangdaigdig na lokasyon, tingnan sa www.derekprince.com.

Mga Aklat (sa English) ni Derek Prince

Ang mga aklat na ito ni Derek Prince ay maaaring mabili sa:

Praise Inc.
145 Panay Avenue
1103 Diliman, Quezon City,
Philippines
Ph: 9178141471

Appointment in Jerusalem
At the End of Time
Authority and Power of God's Word, The
Baptism in the Holy Spirit
Blessing or Curse: You Can Choose
Bought with Blood (formerly Atonement)
Burial by Baptism
By Grace Alone
Called to Conquer
Complete Salvation and How to Receive It
Declaring God's Word: A 365-Day Devotional
Destiny of Israel and the Church, The
Divine Exchange, The
Doctrine of Baptisms, The
Does Your Tongue Need Healing?
Empowered for Life (formerly Rules of Engagement)
End of Life's Journey, The
Entering the Presence of God
Expelling Demons
Extravagant Love
Faith and Works
Faith to Live By
Fasting Successfully
Fatherhood
Final Judgment
Foundations for Life (formerly Foundations for Righteous Living)
Founded on the Rock
Gifts of the Spirit, The
God is a Matchmaker
God's Medicine Bottle
God's Plan for Your Money
God's Remedy for Rejection
God's Word Heals
Grace of Yielding, The
Harvest Just Ahead, The
Holy Spirit in You, The
How to Pass from Curse to Blessing

Husbands and Fathers
If You Want God's Best
Immersion in the Spirit
Key to the Middle East, The
Life's Bitter Pool
Life-Changing Spiritual Power (6 Book Compilation)
Living as Salt and Light
Living in God's Abundance (8 Book Compilation)
Lucifer Exposed
Marriage Covenant, The
Objective for Living
Pages from My Life's Book
Partners for Life
Power in the Name
Power of Proclamation, The
Power of the Sacrifice, The
Praying for the Government
Promise of Provision, The
Prophetic Guide to the End Times
Pulling Down Strongholds
Rediscovering God's Church
Resurrection of the Body
Secrets of a Prayer Warrior
Self-Study Bible Course
Set Apart for God
Shaping History Through Prayer and Fasting
Sound Judgement (formerly Judging)
Spiritual Warfare
Surviving the Last Days
Testing
Thanksgiving, Praise & Worship
They Shall Expel Demons
Three Most Powerful Words, The
Through Repentance to Faith
Through the Psalms
Transformed for Life (9 Book Compilation)
Transmitting God's Power
Two Harvests, The
Ultimate Security
War in the Heavenlies
Where Wisdom Begins (revised version of Gateway to God's Blessing)
Who Cares for Orphans, Widows, the Poor and Oppressed?
Who is the Holy Spirit?
Will You Intercede?
You Matter to God
You Shall Receive Power

>> DPM Offices

Para sa karagdagang inpormasyon tungkol sa Derek Prince Minisries o upang makakuha mga araling materyales ni Derek Prince, maki pag-ugnayan sa pinakamalapit na opisina ng DPM sa iyo.

DPM-PHILIPPINES

Phone: +63 56 211 0294 or +63 09 1659 42114
Email: dpmphilippines@yahoo.com

PRAISE INC

145 Panay Avenue
1103 Diliman, Quezon City,
Philippines
Ph: +63 9178141471

www.ingramcontent.com/pod-product-compliance
Lightning Source LLC
Chambersburg PA
CBHW062200080426
42734CB00010B/1756